அரபு இசை

கஸீதா முதல் கஸல் வரை

எம்.எஸ்.எம். அனஸ்

அடையாளம்

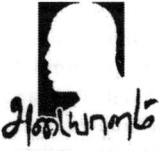

முதல் பதிப்பு 2014
© எம்.எஸ்.எம். அனஸ்
வெளியீடு: அடையாளம், 1205/1 கருப்பூர் சாலை, புத்தாநத்தம் 621310, திருச்சி மாவட்டம், இந்தியா. தொலைபேசி: 04332 273444
நூல் வடிவம்: த பாபிரஸ், அச்சாக்கம்: அடையாளம் பிரஸ், இந்தியா
ISBN: 978 81 7720 215 1
விலை: ₹ 60

---

arabu isai: kasheetha muthal kashal varai is an introduction to the origin and development of arabian music in Tamil by M.S.M. Anas, Published by Adaiyaalam, 1205/1 Karupur Salai, Puthanatham 621310, Thiruchi Dist., Tamilnadu, India. email: info@adaiyaalam.net

அறுபது ஆண்டுகளுக்கும் மேலாக இசைமூலம்
சமய நல்லிணக்கத்தை ஊட்டி வளர்த்து,
தமது வாழ்வை அர்ப்பணித்த அழைப்பாளர்
இசைமுரசு ஈ. எம். நாகூர் ஹனீஃபாவிற்கு...

பொருளடக்கம்

நன்றியுரை		vii
முன்னுரை		ix
1	அரபு இசையும் பண்பாட்டுத் தாக்கங்களும்	1
2	அரபு இசையில் உணர்ச்சி வெளிப்பாடுகள்	16
3	முஸ்லிம் இசை மரபில் கஸீதாவும் கஸலும்	30
4	இஸ்லாமிய ஆட்சியில் கஸல்	50
	உசாத்துணை	66

நன்றியுரை

அரபு இசை பற்றியும் முஸ்லிம் இசை பற்றியும் எழுத வேண்டும் என்ற விருப்பத்தின் ஒரு பகுதியே இந்த நூலாகும். 'அரபு இசை மரபில் கஸீதாவும் கஸலும்' என்னும் தலைப்பில் எழுதப்பட்ட எனது கட்டுரை பேராதனைப் பல்கலைக்கழக முஸ்லிம் மஜ்லிஸின் ஆண்டு மலரான *அல்இன்ஷிராஹ்* 2013இல் வெளிவந்தது. அதனை வெளியிட்ட அம்மலரின் ஆசிரியர் எம்.ஜே.எம். ஜப்ரானிற்கு எனது நன்றிகள். 'அரபு இசையின் தோற்றமும் வளர்ச்சியும்' என்ற கட்டுரை 2013இல் பேராதனைப் பல்கலைக்கழகத் தமிழ்த்துறை நடத்திய 'தமிழ்ப் பண்பாட்டு ஆராய்ச்சி' தொடர்பான தேசிய மாநாட்டில் படிக்கப் பட்டது. இதற்காகத் தமிழ்த்துறைத் தலைவர் பேராசிரியர் மகேஸ்வரன் அவர்களுக்கும் தமிழ்த்துறை விரிவுரையாளர் சரவணக் குமாருக்கும் நன்றிகள்.

மேலே கூறிய இரு கட்டுரைகளும் இந்த நூலுக்கு ஓர் அடிப்படையை வழங்கியுள்ளது. அவற்றுடன் புதிய இரு இயல்களும் மேலதிகமான திருத்தங்களும் சேர்ந்து இப்போது நூலுருவம் பெறுகிறது.

இந்த நூலாக்கத்திற்காக இயல்களைக் கணினிப்படுத்துவதிலும், வாசிப்பதிலும், தேவையான படங்களை ஒழுங்குபடுத்தித் தருவதிலும் உதவியாக இருந்த மெய்யியல்துறை விரிவுரையாளர் பிர்னாசிற்கும் அதே துறையின் இறுதி ஆண்டு மாணவரான ஜப்ரானிற்கும் எனது நன்றிகள்.

இந்நூலைச் சிறந்த முறையில் வெளியிடும் அடையாளம் பதிப்புக் குழுவினருக்கும் எனது நன்றிகள் உரித்தாக வேண்டும்.

முன்னுரை

மக்களின் இனப் பண்பாட்டு அடையாளங்களில் அவர்களின் இசை மரபிற்கும் முக்கிய பங்குண்டு. அரபு இனத்தவருக்கென்ற தனித்துவ மான இசை மரபும் அதற்கான பண்பாட்டுப் பின்னணியும் உலக இசை வரலாற்றை அலங்கரிக்கின்றன. அரபுகளின் இசைக் கலை வளர்ச்சி யும், இசை ரசனையும், இசையியல் கோட்பாடுகளும் அரபு இசையை யும் இசை அறிவையும் உலகத் தரத்திற்கு உயர்த்தியுள்ளன.

இரண்டு கம்பி வாத்தியமான ரபாபாவையோ களிமண் குடத்தைப் போல் அமைந்த ஊத் வாத்தியத்தையோ தம்பூரின் என்ற தம்பட்டம் ஒன்றையோ உடன் மீட்டியவாறு அரபிகள் தமது இசை உலக அனுபவத்தைத் தொடங்கினர். இது 2000 அல்லது 3000 ஆண்டுகளுக்கு முன்னர் தொடங்கிய ஒரு நீண்ட வரலாற்றுப் பயணம். அரபிகள் பயன்படுத்திய கருவிகளும், அவர்கள் வடிவமைத்த கஸீதாக்களும் அரபு மொழி, அரபு இனப் பண்பாட்டின் அடையாளமாகவும் ஊற்றுகளாகவும் விளங்குகின்றன.

அரபு மண் மத்திய கிழக்கில் அமைந்துள்ள அதனுடைய புவியியல் காரணிகளாலும் உலக வணிகப் பாதைகளின் செல்வாக்கினாலும் அடிக்கடி பல பண்பாட்டுத் தாக்கங்களுக்கு உள்ளாகி வந்த பகுதி. குறைந்தது 2000 ஆண்டு அரபு இசை வரலாற்றைப் பார்க்கும் போது அதன் வளமும், அதன் மீது அந்த மக்கள் காட்டிய ஆர்வமும், அரபு இசையின் தனித்துவமும் நமது மனத்தைத் தொடுகின்றன. அரபு இசை அரபு மண்ணுக்கும் அரபு மக்களுக்கும் உரிய தனிப்பட்ட இசை மட்டுமல்ல. அது பல்வேறு பண்பாட்டுத் தாக்கங்களையும் உள்ளடக்கிய இசைச் செழுமையின் அடையாளமும் ஆகும்.

'முஸ்லிம் இசை' என்ற கருத்தின் மூல அர்த்தம் அரபு இசையின் கஸீதாக்களையும் கஸல்களையும் தழுவியதாகத்தான் பரவியிருக்க வேண்டும். முஸ்லிம் இசை என்பது ஒருமுகப்படுத்தப்பட்ட ஒரு குறிப்பிட்ட இசை வடிவம் என்று கூறுவது கடினமானது. அதன்

வரலாறு அவ்வாறு அமையவில்லை. பல்வேறு நாடுகளும் இனக் குழுக்களும் இஸ்லாத்தினால் ஈர்க்கப்பட்டபோது புதிய பண்பாட்டு இசை மரபுகளும் ஒரு பொது மரபிற்குள் வந்து சேர்கின்றன. ஆயினும் அவை ஒன்றுகலந்து ஒற்றை இசையை நிலைப்படுத்தவில்லை. முஸ்லிம் இசை என்பதன் பொருள் ஒருபோதும் அவ்வாறு இருந்ததில்லை. ஆனால், கஸல், கவ்வாலி போன்ற சில இசை வடிவங்கள் பன்னாட்டளவில் புகழ் பெறுவது இதன்வழி நடந்துவரும் குறிப்பிடத்தக்க சாதனையாகும். அதிலிருந்து நாம் கற்றுக்கொள்ள வேண்டிய பாடங்கள் நிறைய உள்ளன.

அரபு இசையின் வளத்தையும் வல்லமையையும் அது தோன்றிய காலத்திலிருந்தே அவதானிக்க முடிகிறது. அரபுகளின் இசை உலக நுழைவு, பாலைவனப் பயணத்திற்கான 'பண்' இசைகளோடு தொடங்குகிறது. பாலைவனத்தின் கடின வாழ்விற்கும், பல்வேறு போராட்டங்களுக்கும், ஏன் வாழ்வின் மகிழ்ச்சிமிக்க தருணங்களுக்கும் இசையும் பாடலும் அவர்களுக்கு ஒத்தாசையாக இருந்துள்ளன. மத்திய ஆசியா, சஹாரா, வட ஆப்பிரிக்கா, மத்திய தரைக்கடல் நாடுகள் ஆகியவற்றை உள்ளடக்கியிருந்த ஒரு பெரும் நிலப்பரப்பில் அவர்களின் இசை நிலை கொண்டிருந்தது. அரபு இசையின் செல்வாக்கிற்கும் செழுமைக்கும் அது ஒரு முக்கிய காரணமாகும்.

ஒவ்வோர் இனமும் தனக்கான இசை மரபைப் பாதுகாப்பதும் பயில்வதும் பொது இயல்பாகும். உலகம் முழுவதும் அது நிகழ்ந்த வண்ணம் உள்ளது. இந்திய இசையின் தாக்கத்தையும் கவனத்தில் எடுத்துக்கொண்டால் இந்தப் பகுதியின் முஸ்லிம் இசை என்பது கஸீதாவிலிருந்து கவ்வாலி வரை குறிப்பிட்டவொரு மரபின் செல்வாக்கை அவதானிக்க முடிகின்றது. தமிழ்நாட்டின் முஸ்லிம் இசைப் பண்பாட்டிலும் இவற்றின் செல்வாக்கை நாம் அவதானிக்கலாம். எனினும் தமிழ்நாட்டிற்குரிய இசை வடிவங்களை அது நாட்டாரியலாக இருந்தாலும், செந்நெறி மரபாக இருந்தாலும் அதன் மீது முஸ்லிம்களுக்குள்ள ஆர்வம் குறைவானதல்ல. இவ்வகை உணர்வு முஸ்லிம் உலகு முழுக்க பரவியிருக்கும் பொதுப் பண்பாகும். துருக்கிய இசையையும், குர்திய இசையையும், அல்பேனிய இசையையும் நேரடியாகவோ தழுவலாகவோ முஸ்லிம்கள் தமது இசையாகக் கொள்கின்ற மரபுகளிலிருந்து இவற்றை நாம் தெளிவாக உணர முடிகின்றது.

முஸ்லிம் இசை என்பது அந்த இசைக்கான பாடல் பொருளைக் கட்டாயமாகக் கொண்டதல்ல. தெரிவு செய்யப்பட்ட கருவிகள், கவனத்தில் எடுக்கப்பட வேண்டிய ராகங்கள் அல்லது ராகங்களின்

கலவைகள், அவை தரக்கூடிய இனிய ராகங்களின் கண்டுபிடிப்புகள் என்பவைதாம் மூலாதாரத்தின்படி முஸ்லிம் இசையாகக் கொள்ளப்பட வேண்டும். பாடல் வரிகள்தாம் அதை அழகுபடுத்தும் மற்றொரு அலங்காரமாகும். இஸ்லாமியக் கொள்கைகளையும், பக்தி உணர்வு களையும் ஏதாவது ஓர் இசை வடிவத்தில் பாடுவதிலிருந்து இஸ்லாமிய இசையின் இலக்கணத்தை வரையறுப்பது 'இசை' என்ற கருத்திற்கு பொருத்தமானதாய் அமையாது.

இந்த நூல் அரபு இசையின் தோற்றத்தைக் கூறுவதிலிருந்து தொடங்கு கின்றது. அரபு இசையின் ஊற்றுகளிலிருந்து முஸ்லிம் இசை என்ற எண்ணக்கரு வளர்ச்சிக்கு ஆதாரமாய் அமைந்த விடயங்களை இந்நூல் சுருக்கமாக ஆராய்கிறது. முஸ்லிம் இசை பற்றி அதிகம் பேசப்படாத நிலையில் இது ஒரு நல்ல தொடக்கமாக அமையலாம். இன்னும் கவனத்தில் கொள்ளப்படாத தமிழ்நாடு, இலங்கை உள்ளிட்ட முஸ்லிம் இசைச் சூழல் எவ்வகையில் வளர்க்கப்படலாம் என்பது பற்றிய உரையாடல்களுக்கும் இந்நூல் உதவலாம். முஸ்லிம் இசை, அரபு இசை, பல்வேறு இனக்குழுக்கள் பயின்றுவரும் வெவ்வேறு இசை மரபுகள் என்பவற்றிலிருந்து இந்த ஆய்வு விரிவான பரப்பையும் நோக்கத்தையும் கொண்டதாக அமைய வேண்டும்.

இசையின் தேவையும் முக்கியத்துவமும் இன்று மறைவாகப் பேசப்பட வேண்டியவையல்ல. இஸ்லாமிய மெய்யியல் அறிஞர்கள் பல நூற்றாண்டுகளுக்கு முன்னரே மனித உணர்வு நல, ஆன்மிக நெறிகளுக்கான துறைகளில் இசையின் பங்களிப்புப் பற்றி விரிவாகப் பேசியுள்ளனர். மனித உணர்ச்சி வெளியீடுகள், மனிதனின் பணிகள், உழைப்பு, ஓய்வு, அமைதியின்மை, மகிழ்ச்சி, மன அழுத்தம், கொண்டாட்டம், போர், துயரம் எல்லாவற்றிலுமே இசையின், பாடல்களின் தாக்கங்கள் குறித்து முஸ்லிம் அறிஞர்கள் பேசி யிருக்கிறார்கள். அவை பற்றி நாம் மேலும் ஆராயவேண்டிய ஒரு சூழ்நிலை உள்ளது. இதிலிருந்து சாதகமான நல்லிணக்க உணர்வுகளை மக்களிடையே உருவாக்குவதற்கும் வாய்ப்புகள் உள்ளன. பல்வேறு கோத்திரங்கள், மொழிகள், கண்டங்கள், நாகரீகங்கள் ஆகியவற்றை ஒன்றிணைக்கும் இசையின் சக்தியை நாம் மேலும் பயன்படுத்த வேண்டும். மெஹ்தி ஹஸன் பாகிஸ்தானின் கஸல் மேதை. ஆனால், முழு இந்தியாவும் அவரைக் கொண்டாடுகிறது. உம்மு குல்ஸூம் எகிப்தின் அரபுப் பாடகி. ஆனால் அவரது இசை முழு மத்திய கிழக்கையும் இன்றும் ஆக்கிரமித்துள்ளது. இந்த நூலின் முக்கியமான ஆய்வுப் பொருளாக இந்த அம்சம் அமைந்துள்ளதையும் இங்கு குறிப்பிடுவது பொருத்தமானது.

இசை மக்களை இணைக்கின்றது. அவர்களின் உள்ளங்களை மனிதப் பண்புகளை நோக்கித் திருப்புகின்றது. நல்லிசை பற்றிய சிறந்த எண்ணங்கள் எவை என்பதுதான் நாம் இசை தொடர்பில் தொடர்ந்து நோக்க வேண்டிய விடயமாகும்.

முஹம்மது சாலிஹ் முஹம்மது அனஸ்

அரபு இசை
கஸீதா முதல் கஸல் வரை

1

அரபு இசையும் பண்பாட்டுத் தாக்கங்களும்

பண்பாட்டுத் தாக்கங்கள்

அரபு இசையின் (மூஸிய்க்கா அரபிய்யாவின்) தோற்றம் கிறிஸ்தவ யுகத்தின் தோற்றத்திற்கும் முற்பட்டதாகும். அரபு இசை அரபு மக்களுக்குரிய அல்லது அரபுத் தீபகற்பத்திற்குரிய இசையாகும். அரபு இசையை வளப்படுத்தியதில் பாபிலோனியா, கிரேக்கம், பாரசீகம், சீரியா, அல்ஜீரியா, வட ஆப்பிரிக்கா, இந்தியா உட்பட பல நாகரிகங் களின், நாடுகளின் தாக்கங்கள் முக்கியமானவையாகும். அரபு இசை புவியியல் பரப்பளவில் விரிவானது. அட்லஸ் மலைத்தொடரிலிருந்து ஆப்பிரிக்காவின் சஹாரா, அரேபிய வளைகுடா வரை அதன் விரிவை வரையறுக்கலாம். முஸ்லிம்களின் இசைப் பாரம்பரியத்தின் பூமி யாகவும் தோற்றுவாயாகவும் இந்நிலப்பரப்பின் பண்பாட்டைக் குறிப்பிட முடியும்.

இஸ்லாத்திற்கு முந்திய அரபு இசை பண்டைய மத்திய கிழக்கு இசைக்குச் சமமானது. அரபுத் தீபகற்பத்தில் தனித்துவமான இசை வடிவங்கள் இருந்துள்ளன. குறிப்பாக இஸ்லாத்தின் தோற்றத்திற்கு முன்னர் கி.பி 5ஆம் நூற்றாண்டில் இருந்து 7ஆம் நூற்றாண்டின் தொடக்கம் வரை ஜாஹிலிய்யாக் கால *(அறியாமைக் காலம் என்று இது அழைக்கப்படும்)* இசைதான் அரபு இசையின் தோற்ற மூலம் என்று கருதப்படுகின்றது. ஆயினும், பண்டைய அரபு நாகரிக வளர்ச்சியுடன் நோக்கும்போது அரபு இசைக்கு இன்னும் ஆழமான வரலாறு உண்டு என்பது புலனாகும்.

ஒவ்வொரு அரபு நாட்டிலும் காணப்பட்ட இசை மரபுகள் வேறு படுத்திக் காட்ட முடியாத அளவு ஒரே வகையான சிறப்பைக் கொண்டவையாக இருந்தன. அவை உருவாக்கும் உணர்ச்சித் தூண்டல்களும் குறிப்பிடத்தக்க வகையில் ஒரே விதமானவையாக இருந்துள்ளன. நன்கு பயிற்சி பெற்ற செவிப்புலன் உள்ளவர்களினால் இசையின் ராகங்களிலும் பாட்டின் சொற்களிலும் குறிப்பிட்ட சில

மாற்றங்களை உணரக்கூடியதாக இருந்த போதிலும் அந்த இசை ஒரே மக்களின், ஒரே மண்ணின் இசையாகவே விளங்கியது. அரபு இசை அதன் மூல தோற்றத்தில் அடிப்படையான சில தொன்மை நாகரிகங்களின் தொடர்புகளைப் பெற்றிருந்ததே இதற்கான முக்கியமான காரணங்களாகும். இதில் பாபிலோனிய, மெசப்படோமியா நாகரிகச் செல்வாக்கைச் சிறப்பாகக் குறிப்பிட முடியும்.

அரேபியரின் கடந்த கால வரலாறு தொன்மைக் கால அரேபியரின் உயர்ந்த நாகரிகத்தை எடுத்துக் கூறுகின்றது. தொல்லியல் ஆய்வுகளில் இருந்து இந்த உண்மைகள் வெளிப்படுத்தப்பட்டுள்ளன. ஒரு காலத்தில் அரேபியா வணிக மையமாக இருந்தபோது இந்த நாகரிக வளர்ச்சியை அது பெற்றுக்கொள்கின்றது. சீரியா, ஃபீனிஷியா போன்ற நாடுகளின் செல்வாக்கு இங்கு விரைவாகப் பரவியது. அதற்கும்மேல் 3000ஆம் ஆண்டளவில் மெசப்படோமியா பண்பாட்டுத் தாக்கம் எதிர்ப்புகள் எதுவும் இன்றி இந்தப் பகுதி முழுக்க வேகமாகப் பரவிய தகவல்கள் இன்று கிடைக்கின்றன. இந்த நாடுகளை அரசியலும் வணிகமும் ஒன்றிணைத்தன. அதற்கும் மேலாக ஒரே வகையான மொழித் தொடர்பும் அதன் பயன்பாடும் இந்த இணைப்பை வலிமைப் படுத்தின. இந்த வகையில் தொன்மை அரேபிய சமயம், இசை போன்றவற்றில் அரபுத் தீபகற்ப மக்கள் கடந்த கால மெசப்படோமியா பண்பாட்டுத் தாக்கத்தின் வாரிசுகளாக இருந்தனர் என்று கூறுமளவு இந்தத் தாக்கம் பற்றிப் பேசப்படுகின்றது (பார்க்க: எச்.ஜி. ஃபார்மர், 1994).

மெசப்படோமியா

பொதுவாகப் பேசப்படுவதைவிட அரபு நாகரிக வரலாறு மிகத் தொன்மையானதாகும். உலக நாகரிகத்தின் தொட்டில்கள் என்று வர்ணிக்கப்படும் நாடுகளின் நிலத் தொடர்பு அரேபியத் தீபகற்பத்தைச் சூழ அமைந்திருந்தது. எகிப்திற்கும், மெசப்படோமியாவிற்கும் இடையில் இருந்த அரபுத் தீபகற்பம் 3000 ஆண்டுகளுக்கு முன்னரே நாகரிகத்தின் மையமாக விளங்கி வந்துள்ளமை குறிப்பிடத்தக்கதாகும்.

முதல் ஆயிரமாம் ஆண்டிலேயே தென் அரேபியாவில் பல முதன்மையான நகரங்கள் காணப்பட்டன. இக்காலத்தில் தென் அரேபிய நகரங்களில் மெசப்படோமிய இசைச் செல்வாக்குப் பரவியிருந்தது. மெசப்படோமியாவின் ஒரு பகுதி செமித்தியப் பண்பாட்டிற்கு உரியதாகும். மெசப்படோமிய நாகரிக முன்னேற்றம் 6000 ஆண்டுகள் தொன்மையானது. உயர்ந்த தேவாலயங்கள் பல அங்கிருந்தன. இந்தத் தேவாலயங்களின் கடவுள்களை மக்கள் வழிபட்டனர். ‘எயா’ எனும்

வெள்ளத்திற்கான கடவுளை வழிபட்டு மக்கள் தமது விவசாயப் பயிர்களுக்குப் பாதுகாப்புத் தேடினர். 'ஏம்மான்' எனும் இடிக் கடவுளுக்கு வழிபாடுகள் நடத்தி சேதங்களிலிருந்து பயிர்களைப் பாதுகாக்குமாறு வேண்டினர்.

இக்கடவுள்களை வழிபடுவதற்கும் சாந்தப்படுத்துவதற்கும் மக்கள் குரலையும் இசைக் கருவிகளையும் பயன்படுத்தினர். நபேத்திய, அல்ஹீரா நகரங்களில் இவ்விசை வழிபாட்டுமுறை பெருவழக் கிலிருந்தது. இஸ்லாத்திற்கு முற்பட்ட காலத்தில் இசைக்கும் பண் ணிசைப்புகளுக்கும் ஹிஜாஸ் புகழ்பெற்ற மாநிலமாக விளங்கியது. மதீனா, தாயிப், கைபர், வாதி-அல்ஹீரா, யமாமா போன்ற நகரங்கள் அரபுப் பண்ணிசை *(ஹீய்னா)* மரபிற்குப் புகழ்பெற்று விளங்கின. குறிப்பாக ஹீரா நகர் இசைக்கும் பல்வேறு கலைகளுக்கும் ஒரு மையமாகத் திகழ்ந்தது. பாரசீக மன்னர்களின் செல்வாக்கின் ஊடாகவும் இங்கு இசைக் கலைக்குப் புத்துயிர் அளிக்கப்பட்டது.

அல்ஹிஜாஸ்

தொன்மைக்கால அரபு நாடுகளில் தென் அரேபியா புகழ்பெற்று விளங்கியது. அறியாமைக் காலத்திலும் *(அய்யாமுல் ஜாஹிலியா)* பண்டைய தென் அரேபிய நாடுகளின் செல்வாக்கு நீடித்திருந்ததைக் காணலாம். இஸ்லாமிய ஆட்சிக் காலத்தில் பயன்படுத்தப்பட்ட மிஸாஃப், கூஸ் போன்ற பல இசைக் கருவிகள் தென் அரேபியாவிற்கு உரியவையாகும். இன்றும் அல்ஹிஜாஸைச் சேர்ந்த மக்கள் தமது இசை ஏமனைச் சேர்ந்தது என்றே கூறுகின்றனர். (பார்க்க: மேலது)

அக்காலத்தில் இலக்கியப் போட்டிகள் நடைபெற்றன. அவற்றில் கவிஞர்கள் பங்கேற்றனர். பாடகிகள் (ஹீய்னா) பாடல் நிகழ்ச்சிகளில் பங்கேற்பது பெருவழக்காக இருந்தது. அல்ஹிஜாஸ் இசைக் கலை ஞர்கள் ஏனைய நாடுகளின் அரசவைகளிலும் பாடிப் பாராட்டுகளைப் பெற்றனர். மிஹ்ஹர், மிஸாபா, கூஸாபா, மிஸ்மார், தஃப் போன்ற இசைக் கருவிகள் இங்கு புகழ்பெற்று விளங்கின.

பொஆ 5ஆம் நூற்றாண்டிற்கு முன்னரே (ஜாஹிலிய்யாக் காலத்தில்) அரபு உலகில் இலக்கிய அறிமுகம் நிகழ்கின்றது. ஏனைய உலக மொழிகளில் நிகழ்ந்திருப்பது போலவே இங்கும் வசனநடை தொடங்கும் முன்னர் செய்யுள் வகையிலான 'பா ஓதுதல்' முறையே காணப்பட்டுள்ளது. அரபு இசை அடிப்படையில் குரல் கலையாகவே தொடங்கியுள்ளது. இவ்வாறு கூறப்படுவதன் பூர்வீகம் இந்த மரபி லிருந்துதான் ஆரம்பமாகின்றது. இது தவிர மந்திரம் ஓதுதல் அல்லது

காணுன், அதை இசைக்கும் விதம்.

உச்சாடனம் செய்தல் என்பவற்றிலும் தேர்ச்சி பெற்றவர்கள் இக்காலத்தில் புகழ்பெற்று விளங்கினர்.

ஜாஹிலியாக் காலத்தில் நகர்ப்புறங்களிலும் பழங்குடியினர் மத்தியிலும் அரேபியா முழுக்க இசை புகழ்பெற்றிருந்தது. தொழில் முறைப் பாடல்களாகவும், சடங்குப் பாடல்களாகவும் இவை விளங்கின. பெண்கள் பாடல் *(ஹீய்னா)* இசைப்பது பெருவழக்காக இருந்தது. அவர்களின் பாடல்கள் 'நாஸிப்' என்று அழைக்கப்பட்ட எளிய வகைப் பாடல்களாகும். இவை ஒட்டகமோட்டிகள் பாடிய 'ஹுதா' வகை பாவினத்திலிருந்து வளர்ச்சிபெற்ற பாடல்கள். 'முவந்தார்' போன்ற கம்பி வாத்தியங்களையும் 'மிஸ்யலாஃபா' என்று கூறப்படும் யாழ் போன்ற வாத்தியங்களையும் தமது பாடல்களுடன் அரபு மக்கள் இணைத்துக்கொண்டனர். *(பார்க்க: எம்.எம். ஷரீஃப், 1983)*

அஸ்ஸீரிய இன ஆய்வாளர் பேராசிரியர் ஸ்பென் லேங்டன் அஸ்ஸீரியப் பண்பாட்டிற்கும் ஹீப்ருப் பண்பாட்டிற்கும் இடையில் காணப்படும் தொடர்புகளை விளக்கியுள்ளார். இத்தொடர்பு அரபுப் பண்பாட்டில் ஏற்படுத்தியுள்ள தாக்கத்தையும் தொட்டுக் காட்டுவதாக உள்ளது. 'ஷார்ரு' (அறிக்கை செய்பவர்) என்ற அஸ்ஸீரிய சொல்லின் செல்வாக்கை அரேபியரின் 'ஷாய்ல்' (வருவதுரைக்கும் கவிஞன்) என்ற

மொரோக்கோ - அல்பிர்ஹி டிபெஸ் இசைக்குழு, அந்தலூசியா.

சொல்லில் காணலாம். அஸ்ஸீரிய மொழியில் 'ஷிர்ரூ' (தெய்வத் துதிப் பாடல்) ஹீப்ரூ மொழியில் 'ஷிய்ர்' (பாடல்) என்று இனங் காணப் பட்டுள்ளது. அரபு மொழியில் 'ஷிர்' (செய்யுள் அறிவு) என்று அமைந் துள்ளது. அஸ்ஸீரிய மொழியில் 'ஸமாரு' தோத்திரப்பாடலைக் குறிக் கிறது. 'ஸமாரு' ஹீப்ரூவின் 'ஸிம்ராவுடன்' (பாடல்) ஒப்பிடப்படுகிறது.

அஸ்ஸீரிய மொழியில் 'நிகூட்டு' (Nigutu) என்பதன் மூலச் சொல் 'நாகூ' (Nagu). 'நாகூ' என்றால் ஒலி என்று பொருள்படும். ஹீப்ரூவில் 'நாகன்' Nàgan (கம்பி வாத்திய ஓசை) என்று கூறப்படுகின்றது. 'நகீனா' (Naginah) இசை, கம்பி வாத்தியங்களைக் குறிக்கும் சொல்லாகும். 'அன்' அஸ்ஸீரிய மொழியில் இசையைக் குறிக்கின்றது. இது ஹீப்ரூவில் 'ஆனா' என்றும் அரபு மொழியில் 'ஹீய்னா' (Ghina) அதாவது இசை என்றும் கூறப்படுகிறது. இசைக் கருவிகளிலும் இந்த ஒற்றுமை காணப்படுகின்றது. பாபிலோனிய – அஸ்ஸீரிய (மேளம்) 'அடப்பு' (தம்பட்டம்) ஹீப்ரூ மொழியில் 'தபேலா'. அரபு மொழியில் இது 'தபல்' அல்லது 'தஃப்' என்று அழைக்கப்படுகின்றது. இவ்வாறு லேங்டனும் ஹென்றி ஜார்ஜ் ஃபாமரும் இசை தொடர்பில் அஸ்ஸீரிய, ஹீப்ரூ மற்றும் அரபுப் பண்பாடுகளுக்கும் இடையில் காணப்படும் பல பொதுத் தன்மைகளை விளக்கியுள்ளனர். (பார்க்க: எச்.ஜி. ஃபார்மர், 1994)

இஸ்லாமிய (அரபு) இசையின் முதன்மைப் பண்பாக 'ஒத்திசைவு இசையும்' (ஹோமொபொனி) தாள லயக்கூறும் அமைந்துள்ளதாகக்

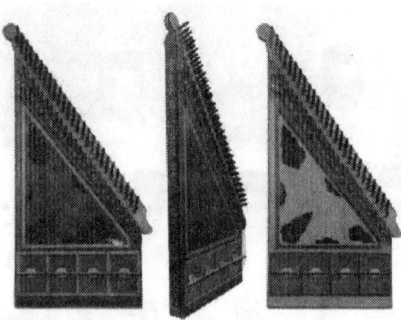 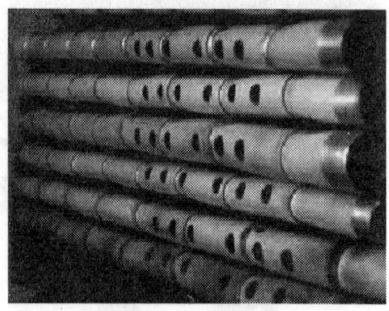

காணுன் நேய் - புல்லாங்குழல்

தர்பூக்கா தம்பட்டம்/தம்பூரின்

இரட்டைச் சவ்வு மேளம்

கூறுவர். இந்தப் பண்புகளின் முழுமையான வளர்ச்சி மதீனாவைச் சேர்ந்த இப்னு மிஸ்ஜாவினால் (இற. பொஆ 715) பூர்த்தி செய்யப் படுகின்றது. அவர் சிரியாவில் வாழ்ந்த போது 'ஊத்' வாத்தியக் கலைஞர் களிடமிருந்தும் இசையியல் ஆய்வாளர்களிடமிருந்தும் புதிய இசை மரபுகளைக் கற்றுக்கொண்டார். ஈரானில் இருக்கும்போது அங்கு அவர்களின் பாடல் மரபையும் அவர்கள் பயன்படுத்திய டார்ப் இசைக் கருவியின் தாள லயத்தையும் இப்னு மிஸ்ஜா கற்றுத் தேர்ந்துள்ளார்.

இப்னு மிஸ்ஜா ஹிஜாஸ் திரும்பிய போது தாம் கற்றதிலிருந்து சிலவற்றை அவர் அரபு இசையில் ஒன்றிணைத்தார். இதே காலத்தில் இப்னு முஹ்ரிஸ் (இற. பொஆ 715) என்பவரும் சிரியாவுக்கும் ஈரானுக்கும் சென்று அங்கிருந்த புதிய இசை அம்சங்கள் பலவற்றை ஹிஜாஸுக்குக் கொண்டு வந்தார் (பார்க்க: மேலது). இவ்வாறு சிரியாவின் இசை மரபுகளும், பாரசீக, பைஸாந்திய இசை மரபுகளும் நுட்பங்களும் இஸ்லாத்திற்கு முன்னரும் பின்னரும் வெவ்வேறு வகைகளில் அரேபியாவை வந்தடைந்துள்ளதோடு அவை அரபு இசையை வளப்படுத்துவதிலும் முக்கிய பங்கை வகித்துள்ளன.

அல்ஹீரா

அல்ஹீரா, தென் மத்திய இராக்கில் கூஃபாவிற்கு அருகில் இருந்த பண்டைய நகரம். அரேபியரின் செல்வாக்குக் காணப்பட்ட மெசப்படோமிய நரங்களில் ஹீரா நகரும் ஒன்று. இஸ்லாத்திற்கு முந்திய அரபு வரலாற்றில் ஹீரா புகழ்பெற்ற நாகரிக நகராகும்.

மெசப்படோமியாவிற்கும் அரபுப் பாலைவனத்திற்கும் இடையில் அமைந்திருந்த அல்ஹீரா நகரில் பாலைவனப் பகுதியிலிருந்து வந்த அரேபியர் குடியேறினர். சீரியெக் மொழி பேசும் ஆர்மேனியர் இங்கு வாழ்ந்த பூர்வீகக் குடிகளாவர். இங்கு கணிசமான நெஸ்டோரியக் (கிறிஸ்து, மனித வடிவெடுத்து மனித இயல்பற்றவர் என நம்புவோர்) கிறிஸ்தவர்களும் வாழ்ந்தனர்.

அல்ஹீராவின் செல்வாக்கு அரேபியப் பண்பாட்டில் செலுத்திய தாக்கம் குறிப்பிடத்தக்கதாகும். ஹீரா நகர் ஓர் இலக்கிய மையமாக விளங்கியதுடன் அதன் இலக்கிய ஒளி ஏனையப் பகுதிகளுக்கும் விரைவாகப் பரவியது. கவிஞர்கள் இங்கு இளவரசர்களைப் போல் பாராட்டப்பட்டனர். அல்ஹீராவிற்கும் அல்ஹிஜாஸுக்கும் இடையி லிருந்த இசைத் தொடர்புகளும் கவிதைத் தொடர்புகளும் மிக ஆழமானவையாகும். ரத்தினாலான குழிவான ஊத் வாத்தியம்

ஊத் இசைக் கருவி

மிஸ்ஹர், ஸன்ஞ் அல்லது ஜங் (யாழ்), தம்பூர் போன்ற இசைக் கருவிகளையும் ஹிஜாஸ் ஹீராவிடம் இருந்துதான் பெற்றுக்கொண்டது.

இசைக் கருவிகளைப் போற்றுவதிலும், அதன் வரலாறுகளை எழுதிப் பாதுகாப்பதிலும் அரேபியருக்கு ஒரு தனித்துவமான, ஆழமான உணர்வு இருந்தது. பாரசீகர்களையும் பைசாந்தியர்களையும் தவிர்த்து நோக்கினால் இசைக் கருவிகளைப் பெருமளவில் நேசிக்கின்றவர்கள் தம்மைப் போல யாருமில்லை என்று அரேபியர் பெருமைப்பட்டுக் கொண்டனர் (பார்க்க: மேலது). உண்மையில் அரேபியரைப் போல் அவ்வளவு பேரார்வத்துடன் இசைக் கருவிகளைப் பற்றி எழுதிய வேறு மக்கள் பிரிவைக் கூறுவது கடினம் என்பது எச். ஜி. ஃபார்மரின் சொந்தப் பதிவாகும்.

இசை பற்றி எழுதிய அல்ஃபாராபி (இற. பொஆ 950) முதல் அப்துல் காதிர் பின் ஹெய்பி (இற. பொஆ 1435) வரையிலான பாரசீக எழுத்தாளர்கள் தமது காலத்தின் இசைக் கருவிகளை முழு அளவில் விவரித்துள்ளனர். முஸ்லிம் ஸ்பெய்னில் இசைக் கருவிகளின் விற்பனை மையங்கள் இருந்துள்ளன. இசைக் கருவிகள் உருவாக்குவதை மிகப் பெரும் கலைப்பணியாக நாம் கருதினோம் என்று இப்னு ஸெய்த் அல்மஃக்ரீபி (1286) கூறுகின்றார் (பார்க்க: மேலது).

ஊத் வாத்தியம்

அரபு இசையில் பல்வேறு இனத்துவ இசை மரபுகளின் செல்வாக்கு முக்கியமானது. முன்னர் கூறியிருப்பவை இதற்கு ஒரு சான்றாகும். அதைவிட இசைக்கருவிகளின் பெயர்களிலும் அவற்றின் சாயல் களிலும் இதன் தாக்கம் காணப்படுவதாகவும் ஆய்வாளர்கள் எடுத்துக் காட்டுகின்றனர். 'ஊத்' ஒரு கட்டைக்கழுத்துக் கம்பி வாத்தியம். ஆர்மேனியா, அஸ்ஸீரியா, ஹீப்ரு, கிரேக்கம், குர்திஷ், துருக்கி, வட ஆப்பிரிக்கா, பாரசீகம் எனப் பல்வேறு நாடுகளுக்கும் அல்லது பல்வேறு இன மக்களுக்கும் ஊத் ஒரு பொதுவான இசைக் கருவியாகும்.

நேய் - புல்லாங்குழல் வாசிப்பவர்

பண்டைய காலத்தில் 'ஊத்' கருவியை மாய வித்தைக்காரர் அல்லது சிறு வணிகர்கள் முதலில் பயன்படுத்தியிருக்க வேண்டும் என்று நம்பப்படுகின்றது. 'ஊத்'இன் தொன்மை வடிவம் குழிவு வடிவான மட்பாண்ட வகையைச் சேர்ந்ததாக இருந்தது. மெசப்படோமியப் பண்பாட்டுச் சான்றுகளின்படி 'ஊத்' கருவிக்குச் சமமான இசைக் கருவிகள் எகிப்திலும் கண்டெடுக்கப்பட்டுள்ளன. மேற்கு ஈரானில் வெண்கலத்தினால் உருவாக்கப்பட்ட 'ஊத்' கருவிகள் தொல்லியல் ஆய்வின்போது கண்டெடுக்கப்பட்டுள்ளன.

'ஊத்' பழமையான அரபு இசைக் கருவி. மத்திய தரைக் கடல் பகுதியின் இசைப் பண்பாட்டில் 'ஊத்' முக்கியமான செல்வாக்குச் செலுத்துகின்றது. ஊத் இசைக்கருவியின் பிறப்பிடம் கிரேக்கம் என்று கருதும் கோட்பாடுகளும் உள்ளன. இந்தக் கருவியின் வரலாறு 3500 ஆண்டுகள் பழமையானது. முற்காலத்தில் இதற்கான நரம்புப் பகுதிக்குக் குடல் நரம்பு பயன்படுத்தப்பட்டுள்ளது. இன்று பிளாஸ்டிக் நரம்புகள் பயன்படுத்தப்படுகின்றன.

பெரும்பாலும் எல்லா நாடுகளிலும் இக்கருவி 'ஊத்' என்றே அழைக்கப்படுகின்றது. நவீன ஐரோப்பிய 'கிடார்' இசைக்கருவியின் உண்மையான மூத்த பரம்பரை ஊத் கருவி ஆகும். பாரசீக ரூட் (Rud) என்னும் பெயரை அரபு மொழி கடன் பெற்று அது 'ஊத்' ஆகத்

அல்அய்யாலா, ஒரு பாரம்பரிய நிகழ்கலை, ஓமன் (2014).

திரிபுபட்டது என்பது ஆய்வாளர் கருத்து. இது 'லூட்' என்றும் அழைக்கப் படும். மெசப்படோமிய நாகரிக அகழ்வாய்வில் கண்டெடுக்கப் பட்ட 5000 ஆண்டு பழைமையான பொருள்களில் ஊத் கருவியும் ஒன்றாகும்.

தம்பூரின்களின் வகைகள் ஏராளமானவை என்று கூறப்படுகின்றது. 'தஃப்' என்பது இவை எல்லாவற்றிற்குமான பொதுப் பெயராகும். மிஸ்ஹர் அதில் ஒரு வகையாகும். புல்லாங்குழலை 'குஸ்ஸாபா' என அழைத்தனர். மற்றொரு வகைப் புல்லாங்குழல் பாரசீகத்தில் 'சூர்னா' என்று அழைக்கப்படுகின்றது. அரபு மொழியில் 'சூர்னை' எனவும் துருக்கி மொழியில் 'சூர்னா' எனவும் அது அழைக்கப்படுகிறது. தம்பூரின் என்ற பறைமேளம் அல்லது தம்பட்டம் மரத்தால் செய்யப் பட்ட வட்டமான தோல் கருவியாகும். அதன் மரப்பலகை வட்டத்தின் ஓரத்தில் தகரக் குஞ்சங்கள் இணைக்கப்பட்டிருக்கும். துருக்கி மற்றும் கிரேக்க நாட்டாரியல் இசைக் கருவிகளிலும் இது முக்கிய இடம் வகிக்கின்றது. பாரசீக இசையிலும் இந்தத் தம்பூருக்கு முக்கிய இடம் உண்டு. ஈரான், அஸர்பைஜான், உஸ்பெகிஸ்தான், அல்பேனியா போன்ற நாடுகளின் நாட்டார் இசையிலும் செந்நெறி இசையிலும் இந்தக் கருவியைக் கலைஞர்கள் பயன்படுத்துகின்றனர்.

மேள வகைக்குரிய அரபுப் பொதுச் சொல் 'தப்ல்' பாரசீக மொழியில் 'துஹ்ல்'. துஹ்ல் என்பதும் துருக்கி மொழியில் 'தாவுல்' என்பதும் 'தப்ல்' என்ற அரபுச் சொல்லுக்கு நிகரானதாகக் கூறப்படுகின்றது. இது இரு தலைகளையுடைய உருளை வடிவக் கருவி. ஒற்றைத் தலை பூச்சாடி வடிவ மேளங்களில் அரேபிய மேளம் 'தர்பக்கா' அல்லது 'தர்பூக்கா'

பேர்பர் இசை - பாரம்பரிய இசைக்குழு, மொரோக்கோ

என்று கூறப்படுகின்றது. இது பாரசீக 'துண்பூக்'கிற்குச் சமமானது. இதில் பெரிய வகையான மேளத்தை பேர்பர் அக்வால் மேளம் என்று கூறுகின்றனர்.

தஃப், தபல் என்று கூறப்படும் அரபு மேளங்களின் பெயர் பாபிலோனிய, அஸ்ஸீரிய, ஹீப்ரூ பெயர்களின் செல்வாக்கைப் பிரதிபலிப்பவை. பாபிலோனியர், 'தஃப்'ஐ 'அதப்பு' என்றும் 'தபல்' என்பதை 'தப்பாலு' என்றும் அழைத்தனர். அரபு மொழியில் 'கார்ண்' (குழல்) என்பது அஸ்ஸீரிய மொழியில் 'க்கார்ணு' என்றும் ஹீப்ரு மொழியில் 'கெரன்' என்றும் கூறப்படுகிறது. அரபு மொழியின் தஃப் என்பதைத் தமிழில் 'தப்பு' என்ற பறை மேளத்துடன் ஒருவாறு ஒப்பு நோக்கலாம்.

வருவது உரைக்கும் கவிஞர்

கவிஞர்களின் பாடும் சக்திக்கு 'ஜின்'களே (ஒரு வகை அமானுஷ்யப் படைப்பு) காரணம் என்றும் கவி வரிகளையும் ராகங்களையும் ஜின்களே வழங்கின என்றும் அரபு மக்கள் நம்பினர். அரபு மொழி வழக்கத்தில் 'ஜின்'னின் குரல் 'அஸ்ஃப்' என்று கூறப்படுகின்றது. அஸ்ஃப் என்பது ஓர் இசைக்கருவியின் பெயராகும். (பார்க்க: மேலது)

செமித்திய நாகரிகத்தில் இசை முக்கிய இடம் பெற்றிருந்தது. வருவது உரைப்பவர்களும் குறி சொல்பவர்களும் பாடல்களையும் மந்திர உச்சாடனங்களையும் பயன்படுத்தினர். அமானுஷ்ய சக்தியாக வர்ணிக்கப்படும் ஜின்கள்தாம் கவிஞர்களுக்குப் பாடலைச் சொல்லித் தருவதாகவும் இசைவாணருக்கு இனிய ராகங்களை உருவாக்கித் தருவதாகவும் செமித்திய மக்கள் நம்பினர். (பார்க்க: மேலது)

நீண்ட தூர பயணங்களின் போதும், புனிதப் பயணங்களின் போதும் நாடோடி அரபிகள் பாடல்களைப் பாடிச் சென்றனர். வருவது உரைக்கும் கவிஞர்களுக்கும் இதர கவிஞர்களுக்கும் சமூகத்தில் உயர் அந்தஸ்து தரப்பட்டது. நாடோடிகள் கூடும் முகாம்களிலும் அல்ஹீரா போன்ற நகரங்களின் அரசவைகளிலும் உக்காஸ் போன்ற மக்கள் கூடும் சந்தைகளிலும் கவிஞர்கள் பாராட்டப்பட்டனர்.

முதலாம் சாமுவேல் நூலின்படி தொன்மைக் கால உருவ வழிபாட்டாளர்கள் *(பேகன்ஸ்)* தமது வழிபாடுகள், சடங்குகளின் போது ஆடிப் பாடி வலம் வரும் வழக்கத்தைக் கொண்டிருந்தனர். அரபு மொழியில் *'ஷாய்ர்'* என்ற சொல் கவிஞனைக் குறித்தது. வருவது உரைக்கும் கவிஞர்கள் என்பதுதான் இதற்குச் சரியான பொருள். கவிஞரே இசைவாணராகவும் விளங்கினார். ஒரு பழங்குடியில் கவிஞர் *(ஷாய்ர்)* ஒருவர் தோன்றிவிட்டால் அது பெருமைக் குரியதாகக் கருதப்பட்டது. ஏனைய பழங்குடிகளும் அந்த நிகழ்வைப் பெருமைப்படுத்திக் கவிஞர் தோன்றிய பழங்குடியுடன் சேர்ந்து அதை ஒரு திருநாளாகக் கொண்டாடுவர்.

இஸ்லாத்திற்கு முந்திய அரேபியாவில் பாலைவன நீர்ச்சுனை ஓரங்களிலும் சிறு பட்டிணங்களிலும் இசை முயற்சிகளில் மக்கள் ஆர்வம் காட்டிவந்தனர். அவர்களில் பெரும்பான்மையினர் பெண்கள். இவர்கள் 'பாடும் பெண்கள்' *(கைனா)* என்று அழைக்கப்பட்டனர். இசைக் கருவிகளைக் கையாள்பவர்களும் ஆண் பாடகர்களும் குறைந்த அளவிலேயே இசைச் செயற்பாடுகளில் பங்கேற்று வந்தனர்.

அண்மைக் கிழக்கு நாடுகளிலும் மாலி, மவுரிடீனியா, மொரோக்கோ உட்பட பல வட ஆப்பிரிக்க நாடுகளிலும் காணப்படும் அரபு இசையின் மூலம் தொன்மையான கிரேக்க நாகரிகத்தின் அளவுக்குப் பழமையானது. வட ஆப்பிரிக்க இசை இன்றும் அதன் தனித்துவத்தை உலகிற்கு வெளிப்படுத்தி வருகின்றது. அண்மைக் கிழக்கு நாடுகளும் வட ஆப்பிரிக்காவும் மத்திய தரைக் கடல் அருகில் உள்ள நாடுகளும் தொன்மைக் காலம் முதல் நவீன யுகம் வரை பண்பாட்டுக் கலைத்துவப் பாரம்பரியங்களால் ஒன்று கலந்திருப்பவை. கிரேக்க, உரோம, ஃபீனிஷ்ய, பாரசீக பேரரசுகளின் செல்வாக்கும் நாகரிகங்களின் செல்வாக்கும் பின்னர் இஸ்லாமிய, துருக்கிய, உஸ்மானியப் பேரரசு களின் செல்வாக்கும் இதில் தாக்கத்தைச் செலுத்தியுள்ளன.

இந்த நாகரிகங்கள் இசையில் ஏற்படுத்திய தாக்கங்களுக்கு மொழி களின் ஊடாகவும் உதாரணங்கள் காட்டப்படுகின்றன. அரபு மொழி யில் கவிதை 'ஷிய்ர்' *(ஷாய்ர்)* என்று கூறப்படுகின்றது. ஏனைய

செமித்திய மொழிகளிலும் இதற்குச் சமமான பெயர்களே கவிதைக் காகப் பயன்படுத்தப்படுகின்றன. அல்பேனிய மொழியில் 'சுர்' ஹீப்ரு மொழியில் 'ஷீர்' பாபிலோனிய மொழியில் 'கரோ' என்று இதனை அழைக்கின்றனர்.

சங்ககாலப் புலவர் மரபு

உலகின் ஏனைய நாகரிகங்களிலும் புலவர்கள் தெய்வீகத் தன்மை உடையவர்களாகவும் வருவது உரைக்கும் திறன் பெற்றவர்களாகவும் நம்பப்பட்டனர். இதே போன்ற நம்பிக்கை தமிழ் இலக்கிய மரபில் சங்க காலத்தில் இருந்ததாக இலக்கிய ஆய்வாளர்கள் கூறுகின்றனர். பேராசிரியர் கைலாசபதி தனது *தமிழ் வீரநிலைக் கவிதைகள்* நூலில் இது பற்றியும் மக்கள் ஏன் இதனை இவ்வாறு கருதினர் என்பது பற்றியும் எடுத்துச் சொல்கின்றார். அவரது கருத்துகளின் வழியாக இவ்வாறு இதனைக் கூறலாம்: 'அவ்வளவாக எழுத்துப் பழக்கம் இல்லாத வாய் மொழியையே பயன்படுத்துகின்ற மக்களிடையே பாட்டைக் குறித்த உயர்மதிப்பும் அதைப் புனையும் ஆற்றலும் இயற்கையாக இருந்தன என்று கூறப்படுகின்றது. புலவரின் நா பொய் சொல்வதில்லை. புலவர் நல்ல அனுபவம் உடையவர்; அவருடைய நா பல பொருண்மைகளைப் பற்றிய பாடல்களை உருவாக்குகின்றது; அவருடைய அறிவு குற்ற மற்றது; அவர் மனிதர்களின் மனத்தை நன்கு அறிவார். அவர் சொற்கள் தேன் போன்று இனியன; அவரது நாக்கு கூரியது, குற்றமற்றது. அவர் சொற்கள் எப்போதும் நிலையான உண்மையாக உள்ளவை'.

தமிழ் வீரயுகப் பாடல்கள் நிலவிய காலத்தில் அல்லது சங்க காலத்தில் கவிஞர் பற்றி நிலவிய இதேவிதமான அதீத பெருமிதத்தையும் தெய்வீகம் சார்ந்த உணர்வுகளையும் இஸ்லாத்திற்கு முற்பட்ட ஜாஹிலிய்யாக் கால இலக்கிய உலகிலும் காண முடிகின்றது. கிரேக்கத்திலும் இதேவிதமான நம்பிக்கைகள் நிலவிவந்தன. கிரேக்க நாகரிகத்தில் கவிதைக்கென்று தனித் தெய்வமே இருந்தது. கிரேக்கத்தின் 'ஸெயூஸ்' என்ற கடவுளின் மகனான 'மியூசு' கவிதைத் தெய்வமாகும். செய்யுள் இயற்றும் புலவர்களின் ஆற்றல்கள் குறித்துக் கிரேக்க இலக்கியங்கள் விதந்து பேசுகின்றன. பாடற் கலை என்பது புலவர்களுக்குக் கடவுள் கொடுத்த வரமாக நம்பப்பட்டது. புலவர் டெமோடொக்கஸை இறைவன் பாடத் தூண்டியதாக ஹோமர் கூறுகின்றார். பாணனாகிய பீமியசுக்கும் இந்தத் தெய்வீக ஆற்றல் இருந்ததாக ஒடிசி கூறுகின்றது. 'பல்வேறு வகைப் பாடல்கள் கடவுளால் என் வாய் இதழ்களில் பயிரிடப்பட்டன' என்று பாணன் பீமியசு கூறியதையும் இங்கு நினைவு கூரலாம். **(பார்க்க: கைலாசபதி, 2006)**

பைபிள் - ஹீப்ரூ பண்பாடு

யூதர்களின் பண்பாட்டிலும் இசை முக்கிய பங்கை வகித்தது. யாழ் மீட்டுவோர் குழல் ஊதுவோர் பற்றி 'பழைய ஏற்பாடு' தொடக்க நூலில் செய்திகள் உள்ளன. இறைத்தூதரும் மன்னருமான தாவீதுடைய காலத்தில் சமயச் சடங்குகளுடன் இசைக்கும் முக்கிய இடம் வழங்கப் பட்டது. இஸ்ரேலிய இறைத்தூதர்கள் பலர் இசையைப் பயன்படுத் தினார்கள் என்பதைப் பழைய ஏற்பாட்டின் வரலாற்றில் காணலாம்.

கொண்டாட்டங்களின் போதும் போரில் கலந்துகொள்ளும் போதும் போர் வெற்றியின் போதும் கஞ்சிரா, யாழ், தாரை, புல்லாங் குழல் உட்படப் பல்வேறு கருவிகளுடன் இசை பயன்படுத்தப் பட்டதை *பழைய ஏற்பாட்டுப்* பதிவுகள் கூறுகின்றன. ஆடு மேய்க்கும் போதும், அறுவடைக் காலங்களிலும் களியாட்டங்களின் போதும் அங்கு பாடல்கள் இடம்பெற்று வந்துள்ளன. இவை பற்றியும், மத்திய கிழக்கு நாடுகளின் தொன்மை இசை பற்றியும், அங்கு பயன்படுத்தப் பட்ட இசைக் கருவிகள் பற்றியும் பழைய ஏற்பாடு மூலமாகப் பல்வேறு விவரங்களை அறியமுடிகிறது.

இறைத்தூதர் தாவீதுடைய காலத்தில் சமயச் சடங்குகளில் இசை பயன்படுத்தப்பட்டுள்ளது. தொன்மை இஸ்ரேலியர்களிடையேயும் பாலஸ்தீனர்களிடையேயும் இசை பிரிக்க முடியாத இடத்தைப் பெற்றிருந்தது. சுருக்கமாகக் கூறினால் *பழைய ஏற்பாட்டுக்* காலத்தில் பண்பாடு இசையினால் நிரப்பப்பட்டிருந்தது. தமது அன்றாட வாழ்வின் ஒவ்வொரு விடயங்களிலும் மக்கள் இசையைப் பயன்படுத்தினர். தொன்மை இசை ஆய்வாளர் தியோடர் போர்வின் கூற்றுப்படி நாம் *பழைய ஏற்பாட்டுக்* காலத்திலிருந்து நோக்கினால் மக்கள் இசையைத் தமது நாளாந்த வாழ்வில் பயன்படுத்தி வந்துள்ளனர். அந்த இசை மக்களின் பல்வேறு வகையான உணர்ச்சி, மனநிலை, மகிழ்ச்சி, துயரம், நம்பிக்கை, சந்தேகம் ஆகியவற்றை வெளிப்படுத்தி வந்துள்ளது.

தொடக்க காலம் முதல் இஸ்ரேலியர் பாடுவதில் சிறந்து விளங்கினர். *பழைய ஏற்பாட்டில்* உள்ள பெரும் பாடல்களில் பல, மக்களிடையே ஆற்றல் பெற்ற சிறு குழுவினரால் பாடப்பட்டுள்ளதாக நம்பப் படுகிறது. *பழைய ஏற்பாட்டில்* 150 பாடல்களைக் கொண்ட தொகுப்பு சங்கீத நூல் என்றும் இத்தகைய பாடல்கள் நரம்பிசைக் கருவிகளுடன் பாடப்படும் பாடல்கள் என்றும் கூறப்படுகிறது.

இந்தச் சங்கீத நூலுக்கு யார் ஆசிரியர் என்று தெரியாவிட்டாலும் தாவீதின் பெயரைத் தலைப்பாகக் கொண்ட சில சங்கீதங்களாவது

அவருடையதாக இருக்கலாம் என்பது சிலரது கருத்து. வரலாற்று இறைவாக்கு நிகழ்ச்சிகளில் தாவீது சங்கீதங்களோடு தொடர்பு படுத்தப்படுகிறார். தாவீதின் 'யாழ் இசை', 'தாவீதிற்கு யாழ் மீட்டத் தெரியும்' என்ற குறிப்புகள் முதலாம் சாமுவேல் நூலில் உள்ளன. 'இஸ்ரேலியரின் இனிய பாடகர்' என்ற பெயரும் அவருக்குத் தரப் பட்டுள்ளது. *தாவீது சங்கீதங்களின் ஆசிரியர்* என்று புதிய ஏற்பாடு கூறுகின்றது. *(பார்க்க: தியாகு, 1993)*

குர்ஆனிலும் நபிகளின் வழிமுறைத் தொகுதிகளிலும் தாவூதின் இசைத் திறமையும் பறவைகளின் இன்னிசையும் பற்றிய கூற்றுகளை அவதானிக்க முடிகின்றது. சான்றாகப் பின்வரும் குர்ஆன் வசனத்தை நோக்கலாம்:

> *நாம் தாவூதுக்கு நம்மிடமிருந்து பெரும் அருட்பேற்றினை வழங்கி யிருந்தோம். (நாம் ஆணையிட்டோம்) மலைகளே! அவருடன் சேர்ந்து நீங்களும் துதிபாடுங்கள். இவ்வாறே பறவைகளுக்கும் (நாம் கட்டளையிட்டிருந்தோம்)*
>
> *(குர்ஆன் 34:10)*

> *'மலைகளையும் பறவைகளையும் தாவூதுக்கு வசப்படுத்திக் கொடுத் திருந்தோம். அவை அவருடன் துதிபாடிக்கொண்டிருந்தன.'*
>
> *(குர்ஆன் 21:79)*

வசனங்கள் *34:10, 21:79* ஆகியவற்றைப் பயன்படுத்தி தாவூதிற்குப் பாடும் திறனும் இசை ஞானமும் தரப்பட்டிருந்தன என்றும் அவை அவருடைய சங்கீதங்களில் வெளிப்படுத்தப்பட்டிருப்பதாகவும் குர்ஆன் விரிவுரைகள் கூறுகின்றன. *(த ஹோலி குர்ஆன், ஹிஜ்ரி 1411, தர்ஜுமதுல் குர்ஆன், ஹிஜ்ரி 1403)*

நபி தாவூது (தாவீது) அவர்களின் குரல் இனிமையானது. மானிடரும் ஜின்களும் விலங்குகளும் தாவீதின் இனிய குரலைக் கேட்டு ரசித்தனர் என்று கூறப்படும் நபிவழி மரபுகளை இமாம் அல்கஸ்ஸாலி தமது 'இஹ்யா உலூமுத்தீனி'ன் 'கித்தாபுஸ் ஸமா'வில் குறிப்பிட்டிருப்பதை யும் இங்கு நினைவுகூரலாம்.

2

அரபு இசையில் உணர்ச்சி வெளிப்பாடுகள்

அரபு இசை பல்வேறு பண்பாட்டுத் தாக்கங்களையும் பண்புகளையும் பெற்றிருந்த போதும் தனக்கென்று தனித்துவத்தையும் அது பெற்றிருந்தது. அரபு இசை ஒரு கலை வடிவம் என்ற பொருளில் உணர்ச்சிகளை அதிகம் எழுப்பும் தன்மையைக் கொண்டது. ரசிப்பவர்களுக்கும் நிகழ்த்துபவர்களுக்கும் இடையில் பெரிய நெருக்கத்தை அது தோற்று விக்கின்றது. தொன்மைக் காலத்தில் இருந்தே அரபு இசையில் மனத்தை உருக்கக்கூடிய துயரம், காதல், பிரிவு, விரகம் போன்றவற்றை உணர்ச்சி பூர்வமாக வெளிப்படுத்தும் இசைப் பாங்கு மக்கள் வாழ்க்கையில் தவிர்க்க முடியாத பங்கைப் பெற்றிருந்தது.

18ஆம் நூற்றாண்டின் எகிப்திய இசை ஆய்வாளரான குலுமே அன்த்ரேவில்லோட்டே (1759-1839) அரபு இசையை அனுபவித்த தமது உணர்வைப் பகிர்ந்துகொண்ட போது உணர்ச்சிகளைத் தூண்டு வதில் அரபு இசைக்கு இருக்கும் உயர்ந்த ஆற்றல் பற்றி விரிவாகக் குறிப்பிட்டுள்ளார். நெப்போலியன் எகிப்தை வெற்றி கொண்ட போது (1798-1799) எகிப்தில் அவர் கேட்டு ரசித்த ஓர் அரபு இசை நிகழ்ச்சி பற்றிப் பின்வருமாறு குறிப்பிட்டுள்ளார்:

> சமயப் பாடகர்கள் சிலர் சில அசைகளையும் வார்த்தைகளையும் மிக நீளமாக இழுத்துப் பாடியதை நான் ரசித்தேன். பாடகர்களின் இனிய ராகத்தினாலும் இசை அலங்காரத்தினாலும் மயங்கிய ரசிகர்கள் அவரை மீண்டும் மீண்டும் அந்தப் பாடலையே பாடுமாறு வேண்டிக் கொண்டனர். ரசிகர்களின் வேண்டுகோள்களை ஏற்றுக் கொண்ட பாடகர் அந்தப் பாடலையும் சில வேளைகளில் அதே வரிகளையும் திரும்பத் திரும்பப் பாடினார். அதைக் கேட்ட ரசிகர்கள் ஆரவாரித்துத் தமது உணர்ச்சிகளை வெளிப்படுத்தியதை யும் நான் பார்த்து ரசித்தேன்.

அதேவேளை இசைத் துறையில் தாம் அவ்வளவு தூரம் ஆர்வம் உள்ளவன் அல்ல என்றும் நெப்போலியன் குறிப்பிட்டிருந்தார்.

19ஆம் நூற்றாண்டில் வாழ்ந்த பாரிஸ் இசை மன்றத்தின் இயக்குந ரான இசையியலாளர் சில்வடோர் டேனியல் அரபு இசைக் கோட் பாட்டை அறிவதற்காகவும் சக்திமிக்க அதன் உணர்ச்சித் தாக்கங்கள், அதன் அழகியல் பண்புகள் ஆகியவற்றை அறிவதற்காகவும் அரபு இசையை அவர் முறையாகக் கற்றுத் தேர்ந்தமை பற்றிக் கூறியுள்ளார்.

இவ்வாறு அரபு இசையின் உணர்ச்சி வளம் பற்றி வரலாற்றில் அதிகம் எடுத்துக் காட்டப்பட்டுள்ளது. இன்றும் அரபு இசையின் தனித்துவப் பண்பாக ‘உணர்ச்சி’ பேசப்படுகிறது. அல்பான்ஸ், இஹ்ஸான்ஸ் போன்றோர் அரபு மொழியில் கலை என்பது பொதுவில் உணர்ச்சி தொடர்பானது என்று கூறுகின்றனர். ‘இசை என்றால் உணர்ச்சி’ என்பதையே அரபுக் கலைமரபு நமக்கு உணர்த்துவதாகக் கருதலாம் என்பது அவர்களின் கருத்தாகும்.

இசையுடன் ரசிகர்கள் ஒன்றிணைந்து தம்மை மறந்து ரசிப்பதும் தமது உணர்வுகளை வெளிப்படுத்துவதும் அரபு இசை மரபின் ஒரு முக்கிய பண்பாகும். இசை கேட்கும் போது சபையில் ரசிகர்களின் உணர்வு வெளிப்பாடுகளும் உடல் அசைவுகளும் அவர்கள் எழுப்பும் வியப்புக் குறிப்புகளும் மகிழ்ச்சி ஒலிகளும் அந்த இசை நிகழ்ச்சியின் பிரிக்க முடியாத பாகங்களாகவே அமைந்து விடுகின்றன.

அப்துல் ஹலீம், உம்மு குல்ஸூம் போன்ற தற்கால அரபுப் பாடகர்களின் கச்சேரிகளின்போது அக்காலத்தைப் போல் மக்களின் ஆரவாரத்தையும் உணர்ச்சிபூர்வமான கலை ரசனையையும் அவதானிக்க முடியும். இந்த உணர்ச்சிபூர்வமான ரசனை மனப்பாங்கைப் பற்றி மேற்கத்திய இசை ஆய்வாளர்களும் தமது பதிவுகளில் விதந்து கூறியுள் ளனர். அப்பாஸியக் கலீஃபாக்களின் பாக்தாத் அரசவையில் நடந்த இசை விழாக்களிலும் இது ஒரு முக்கிய நிகழ்வாக அமைந்திருந்ததை முஸ்லிம் இசை வரலாற்றில் காண முடியும்.

கலை இசை – தராப்

அரபு இசையில் இசையுடனான உணர்ச்சித் தொடர்பு ‘தராப்’ என்ற எண்ணக்கருவினால் குறிப்பிடப்பட்டிருக்கின்றது. இதற்கான நேரடி ஆங்கில மொழிபெயர்ப்பை வழங்குவது கடினம்; ஆயினும் இதை மேற்கத்திய பாணியில் ‘கலை இசை’ *(ஆர்ட் மியூசிக்)* என்று கூறலாம்.

‘தராப்’ என்ற சொல் ‘ஃபான்’ என்ற சொல்லுக்குச் சமமானது என்பர். கலை அல்லது கைவினை என்று இதற்குப் பொருள். இது ‘ஃபான் அல்தராப்’ என்று அழைக்கப்பட்டது. இதன் பொருள் ‘தராப் கலை’ அதாவது ‘இசை என்பது கலைப் பண்பாகும்’ என இதற்குப்

பொருள்கொள்ளலாம். ஆனால் 1920க்கு முற்பட்ட எகிப்திய, மத்திய தரைக் கடல் மக்களைப் பொறுத்த வரை 'தராப்' என்றால் (இசையின்) உணர்ச்சி உருவாக்கம் என்றே பொருள் கொள்ளப்பட்டு வந்தது.

'தராப்' என்பது இசையினால் தூண்டப்படும் உணர்ச்சி நிலையைக் குறித்தது. இச்சொல் அரபு இசைக் கோட்பாடுகளிலும் இசை பற்றிய உரையாடல்களிலும் ஆழமாகப் பயன்படுத்தப்படும் முதன்மையான எண்ணக் கருவாகும். இது 'உயர்மகிழ்வு நிலை' *(ஸ்டேட் ஆஃப் எக்டஸி)* பற்றிய கருத்திற்கு இட்டுச் செல்கின்றது. ஆனால், இசைப் பண்புடன் இணைத்து நோக்கும் போது இதை 'அழகியல் உணர்ச்சி' என்று கூற வேண்டும். இசையுடன் இணைந்த அகத்தூண்டல் அல்லது உணர்ச்சி வெளிப்பாட்டு நிலை என்று இவ்வுயர் மகிழ்வு நிலையைக் கூறலாம் என்பர்.

இப்னு கல்தூன்

(அரபு) இசையின் உணர்வு ரசத்தின் ஆழத்தை ஒரு கோட்பாடாக விவரித்ததில் இப்னு கல்தூனின் (பொஆ 1332-1406) பங்கு முக்கியமான தாகும். இப்னு கல்தூன் முஸ்லிம் உலகில் தோன்றிய மிகப் பெரிய வரலாற்றாசிரியரும் மெய்யியலாளருமாவார். இப்னு கல்தூன் துனீஷியாவில் பிறந்தார். அவரது முன்னோர்கள் ஏமன், ஹழரமௌத் பகுதியைச் சேர்ந்த அரேபியர் என்றும் கூறப்படுகின்றது. அதேவேளை அவரது முன்னோர் பேபர் இனக் குழுவைச் சேர்ந்தவர்கள் என்ற கருத்தும் முன்வைக்கப்பட்டுள்ளது.

இப்னு கல்தூன் தமது இசைக் கோட்பாட்டில் இசையின் ஆத்மார்த்த மான அல்லது மானசீக உணர்வை விரிவாகப் பேசுகிறார். இசை ஆத்மார்த்த உணர்வையும் அத்தோடு உயர் உணர்ச்சி நலனையும் மனிதருக்குத் தரக்கூடியது என்பது கல்தூனின் கருத்தாகும். ஏனைய பல இஸ்லாமிய மெய்யியலாளர்களைப் போல் இப்னு கல்தூன் இசையை கணிதத்துடன் இணைந்த விஞ்ஞானமாகக் கருதவில்லை. இசையை அவர் ஒரு கைவினைக் கலையாகவே கருதினார். இசையை உருவாக்குதல் அதனை நிகழ்த்துதல் ஆகிய இரண்டு நோக்கில் இருந்து கல்தூன் இசைக் கோட்பாட்டை வகுத்துள்ளார். (Fadlou Shehadi, 2008)

கல்தூன் ஒரு வரலாற்றாய்வாளராக இருந்ததனால் இசையியல் கோட்பாட்டு ஆய்வைவிட அதன் உருவாக்கம், அதன் நிகழ்த்துகை என்பனவே இசையின் முதன்மையான தோற்றப்பாடு என்று அவர் கருதியுள்ளார். சமூகத்தில் நாகரிக வளர்ச்சி சாத்தியமாகும் போது இந்தக் கைவினைக் கலை நாகரிக வளர்ச்சிக்கு ஈடுகொடுக்கக்கூடிய

இப்னு கல்தூன்

உயர் இன்ப வாழ்க்கைக்கான பொருளாகின்றது. கவலைகளிலிருந்து விடுபடுவதும் இன்ப நுகர்வை மேலும் மெருகூட்டுவதும் இசைக் கலையினால் சாத்தியம் ஆகின்றது என்று கல்தூன் கருதினார்.

இசைக்குப் பல செயற்பாடுகள் உள்ளன. கேட்பவர்களிடையே அது பல தாக்கங்களை உருவாக்குகின்றது. அந்தத் தாக்கங்களில் முக்கிய மானவை இன்ப உணர்வும் உணர்ச்சி அனுபவங்களுமாகும். மேலும் அது 'உணர்ச்சி நலனாகவும்' மனித மனத்தின் நிறைவாகவும் மனித உள்ளத்தில் செயல்படுவதாக இப்னு கல்தூன் கூறுகின்றார். 'மேளங் களின் முழக்கமும் எக்காளம், குழல் போன்ற வாத்தியங்களின் ஓசையும் இத்தகையவை' என்று கூறியிருப்பதோடு அதற்கான எடுத்துக்காட்டு களையும் இப்னு கல்தூன் முன்வைத்துள்ளார். கொடிகள், பதாகைகள், ஆலவட்டங்கள் போன்ற ஏனைய அரச சின்னங்களுடன் மன்னர்கள் தமது அதிகாரத்தின் அடையாளங்களாக இசையையும் பயன்படுத்தி வந்துள்ளனர் என்பது அவற்றில் ஓர் எடுத்துக்காட்டாகும்.

அரிஸ்டோட்டில் தமது அரசியல் என்னும் நூலில் கூறும் மற்றொரு கருத்தையும் இப்னு கல்தூன் நமக்கு நினைவுபடுத்துகின்றார். 'போரில் எதிரிகளைப் பயமுறுத்துவதற்கும் இசை பயன்படுத்தப்பட்டது' என்ற அரிஸ்டோட்டிலின் கருத்தைக் கூறிவிட்டு இப்னு கல்தூன் பின் வருமாறு குறிப்பிடுகின்றார்: 'இசையும் ஓசைகளும் மனித ஆன்மாவில் மகிழ்ச்சிகளையும் உணர்ச்சிகளையும் தோற்றுவிக்கின்றன என்பது ஐயத்திற்கு இடமற்றது'. 'முறைப்படி மீட்டப்பட்ட இனிய நாதம்

தன்மட்டில் பல்வேறுபட்ட உணர்ச்சிகளை ஏந்தி வந்து மனிதனுடைய உள்ளத்தை நெகிழ வைக்கின்றது' என்ற இமாம் கஸ்ஸாலியின் கூற்றையும் இங்கு நாம் நினைவுபடுத்தலாம்.

இசையைக் கேட்பதனால் உள்ளத்தில் உருவாகும் ஒருவகை மகிழ்ச்சிக்குரிய உணர்வு நிலையை அரபு மொழியில் 'தராப்' என்று கூறுவதாகவும் இப்னு கல்தூன் குறிப்பிட்டுள்ளார். ஒட்டகம், குதிரை போன்ற விலங்குகளிடையேயும் இசை தாக்கம் செலுத்தக் கூடியது. படைகளில் வீரர்கள் எதிரியைத் தாக்குவதற்காக வீரத்துடன் முன்னேறு வதற்கு இசை பயன்படுத்தப்படுகின்றது. ஜாஹிலியாக் காலத்திலும் இஸ்லாமிய ஆட்சிக் காலங்களிலும் போரிசைக்கென்று ஓர் இடம் அரபுப் பண்பாட்டில் இருந்தது. போர்ப் பரணிகள் பற்றி இமாம் கஸ்ஸாலி தமது கிதாபுஸ் ஸமாஉ (1990)வில் கூறியிருப்பதை இங்கு நோக்கலாம்.

'போர்புரியும் போது வீரர்களை ஊக்குவிக்க பாடல்கள் பாடப் படும். வீரர்களுக்கு தைரியம் ஊட்டி ஆவேசத்தையும் ஆக்ரோசத் தையும் அவை எழுப்புகின்றன. போரிசையில் கம்பீரமும் துரித கால தாளமும் அமைய வேண்டும். எவருக்குப் போருக்குச் செல்ல அனுமதி உள்ளதோ அவருக்குப் போர்க் காலங்களில் இம்மாதிரிப் பாடல் களைக் கேட்கவும் பாடவும் அனுமதி உண்டு'.

மனவெழுச்சியும் மனநிறைவும்

அரபு இசை அதன் தொழிநுட்பங்கள் நிறைவடைவதால் மட்டும் முழுமை பெறுவதில்லை. அலங்காரம், உணர்ச்சி வெளிப்பாடு, தொனியின் ஏற்ற இறக்கம் என்பனவே அந்த இசையில் மனநிறைவை அல்லது மகிழ்ச்சியை உருவாக்குகிறது. மேற்கத்திய இசையில் ஓர் இசைக் கலைஞர் இசைக் குறிப்பேட்டில் எழுதப்பட்டுள்ள குறியீடு களுக்குத் தம்மை முற்றாக வரையறை செய்து கொள்கின்றார். அங்கு அது ஒரு பெரிய மரபாக வளர்ந்துள்ளது. ஆனால், அரபு இசைக் கலைஞர்கள் அந்த இசையைத் தம்முடையதாக்கிக் கொள்கின்றனர். உணர்வைத் தூண்டும் தமது பாடல் அல்லது இசைத் திறன் ஊடாக இசையின் ஆன்மாவை அவர்கள் தொடுகின்றனர். அது அவர்களின் ஆன்ம உணர்வுகளின் சுய அலங்காரமாக அவர்களின் இசையில் வெளிப்படுகின்றது. இது 'தன்முனைப்பாக்கங்கள்' (இம்புரோவிஷேசன்) எனும் சுய அலங்காரமாக அவர்களின் இசையை மெருகூட்டுகின்றது.

இசையில் கொண்டு வரப்படும் 'தன்முனைப்பாக்கங்கள்' (மனோ தர்ம இசை) அடிப்படையில் அந்த இசை வடிவத்தில் ஏற்கனவே இருப்பதல்ல. ஆனால், இசைக் கலைஞர் அந்த இடத்திற்கு,

சந்தர்ப்பத்திற்கு, அந்தத் தினத்திற்கு ஏற்ற உணர்வுநீட்சியைப் (மூட்) புதிதாக அங்கு உருவாக்குகின்றார். அது கலைஞரின் உணர்ச்சிப் பாங்குகளை வெளிப்படுத்தும் புதிய தருணங்களாகவும் பார்வை யாளரை பரவசப் படுத்தும் உச்சங்களாகவும் அமைகின்றன.

உம்மு குல்ஸூம்

தற்காலத்தின் புகழ்பெற்ற எகிப்து அரபுப் பாடகியான உம்மு குல்ஸூம் *(1898-1975)*இன் பாடல்களையும் பாடல் நிகழ்ச்சிகளையும் 'தராப்' உணர்ச்சி என்ற எண்ணக்கருவிற்கு மிகவும் பொருத்தமானதாக எடுத்துக்காட்டலாம். உம்மு குல்ஸூமின் பாடல் நிகழ்ச்சிகள் தொடங்கி முடியும் காலம் கால வரையறைக்கு அப்பாற்பட்டதாக இருந்தது. அவரது பாடல்களே நிகழ்ச்சியின் காலத்தைத் தீர்மானித்தது. உம்மு குல்ஸூமின் படைப்பாற்றல்மிக்க பாடல் திறனும் கற்பனை வளமும் கம்பீரமான இனிய குரலும் அவரையும் ரசிகர்களையும் ஒரு பொது உணர்ச்சி மையத்தில் ஒன்றிணைத்தன. அதனால் உம்மு குல்ஸூம் தொடர்ந்து பாடுவதை மக்கள் ஆவலுடன் எதிர்பார்த்தனர்.

கடந்த காலத்தின் மரபான செந்நெறி மனோதர்ம இசை முறையை உம்மு குல்ஸூம் தமது பாடல்களில் மிகத் திறமையாகப் பயன்படுத் தினார். பாடலின் ஒரு வரி அல்லது ஒரு சீர் பாடலின் ஒவ்வொரு உச்ச கட்டத்தின் போதும் உம்மு குல்ஸூமினால் திரும்பத் திரும்பப் பாடப் பட்டது. அந்த வரிகள் பாடப்படும் ஒவ்வொரு முறையும் வெவ்வேறு உணர்ச்சிகளையும், குரல் மாற்றங்களையும், தொனி ஏற்ற இறக்கங் களையும் உம்மு குல்ஸூம் வெளிப்படுத்தினார். அவரின் ஒவ்வொரு பாடலுக்குமான சராசரி நேரம் 45 நிமிடமாக இருந்தாலும் அதே பாடல் சில நேரங்களில் 90 நிமிடங்கள் வரை நீடித்தது. சபையோருக்கும் பாடகருக்கும் இடையிலான தொடர்பை உணர்ச்சி தீர்மானித்தாக அரபு இசை வல்லுநர்கள் கூறுகின்றனர். சபையோர் உம்மு குல்ஸூமிடம் ஒரு வரியை அல்லது அடிகளைத் திரும்பத் திரும்ப பாடும்படி கேட்டனர். அதனை அவர் திரும்பத் திரும்பப் பாடினார். ஒவ்வொரு முறையும் பாடும்போது கேட்பவர்களுக்கு அது ஒரு புதிய அனுபவத்தை வழங்கியது. அதனால், ஒரு பாடலை 5, 6 ஆண்டுகள் அவர் தொடர்ந்து பாடினாலும் அந்தப் பாடல் ஒவ்வொரு முறையும் புதியதாகவே அவரால் மக்களுக்கு வழங்கப்பட்டது. ஒவ்வொரு முறையும் மக்கள் அந்தப் பாடலில் புதிய உணர்வுகளையும் அனுபவங்களையும் பெற்றுக்கொண்டனர்.

*1967*ஆம் ஆண்டு நடைபெற்ற 'ஆறு நாள் போரில்' எகிப்து தோல்வியைத் தழுவியது. மக்கள் பெரும் அதிர்ச்சியில் உறைந்தனர். மன ஆறுதலும் துயரத்திலிருந்து விடுதலையும் அவர்களுக்குத் தேவையாக

உம்மு குல்ஸூம்

இருந்தன. இசைக் கலைஞர்களும் மக்களுக்கு ஆறுதல் தர முன்வந்தனர். அல்லாமா இக்பாலின் 'ஷிக்வா'விலிருந்து பெற்றுக்கொண்ட வரிகளைப் பாடல்களாக்கி 'உயிரின் பேச்சு' *(ஹதீத் எல் ருஹ்)* என்ற தலைப்பில் உருக்கமான பாடல்களை உம்மு குல்ஸூம் பாடினார். மனதை அதிர வைத்த இக்பாலின் பாடல் வரிகளும் மக்களின் மனத்தை நிறைத்த உருக்கமான உம்மு குல்ஸூமின் இசையும் ஒன்றிணைந்த போது மக்கள் உணர்ச்சி மேலீட்டால் அழுதனர். சபையில் அமர்ந்திருந்த தளபதிகளும் கண்ணீர் சிந்தினர். (en.wikipedia.org)

*2011*இல் நடந்த எகிப்து புரட்சியில் பங்கேற்ற இளைஞர்களில் பலர் அப்துல் ஹலீமின் நாட்டுப்பற்றுப் பாடல்களைத் தொடர்ந்து பாடினர். ஓர் இளைஞர் பின்வருமாறு கூறினார்: 'அப்துல் ஹலீம் எகிப்தின் வானம்பாடி. அவருடைய பாடல்களால் நாங்கள் தூண்டப் பெற்றோம்.'

அரபு இசையின் தொடக்கப்புள்ளி பாடலாகும். பாடல் இல்லாத இசை அரபு இசை மரபில் இல்லை என்பர். இன்று வரை அரபு இசையில் கவிதையும் இசையும் பிரிக்க முடியாதவாறு இணைந்துள்ளன. அக்காலத்தில் வாத்தியக் கருவிகளின் செல்வாக்கு குறைவாகவே இருந் துள்ளது. எந்த இசைக் குழுவானாலும் பாடகருக்கே மைய இடம் வழங்கப்பட்டிருக்கும். அந்தப் பாடகன் அல்லது பாடகி பலமான, அழகிய கம்பீரமான குரலுக்குரியவராக இருக்க வேண்டும். வாத்தியக் குழுவின் இசைக்கு அந்தக் குரல் ஈடுகொடுக்க வேண்டும். இசைக் கருவிகளின் ஓசையைக் கடந்து பாடல் ஒலி மேலோங்கி ரசிகர்களைச்

சென்றடைகின்றது. ரசிகர்கள் உளக் கிளர்ச்சிக்கு அல்லது உள மகிழ்வுக்கு உள்ளாகின்றனர்.

செந்நெறி அரபு இசை மரபில் இது ஒரு தவிர்க்க முடியாத பண்பாகும். 'தராப்' எண்ணக்கரு இதைத்தான் நமக்கு விவரிக்கின்றது. 'தராப்' என்ற உளக்கிளர்ச்சியைப் பார்வையாளருக்குத் தமது உணர்வுமிக்க பாடலின் மூலம் பாடகர் கடத்துகின்றார். அந்தக் கடத்துகை ஒரு செறிவுள்ள தாக்கத்தை ரசிகர்களிடத்தில் உருவாக்குகின்றது. பல்வேறு வகையான உணர்ச்சிகளை வெளியிடும் ஓசைகள் அங்கு எழுப்பப் படுகின்றன. அதாவது உணர்ச்சிகளை வெளியிடும் சொற்களை அல்லது ஓசைகளை மக்கள் எழுப்புகின்றனர். அழுகை மூலமாகவும் தமது உணர்ச்சிகளை அவர்கள் வெளிப்படுத்துகின்றனர்.

ஜெர்மன் கேயிதே நிறுவன 'ஃபிக்ரூன் வஃபன்'இன் தகவல்படி செந்நெறிப் பாடல் பயிற்சித் திட்டங்களில் ஒவ்வொரு பாடகருக்கும் குர்ஆன் ஓதல் பயிற்சி கட்டாயமாக்கப்பட்டிருந்தது. குரலின் ஏற்ற இறக்கத்திற்கான பயிற்சியைக் குர்ஆன் அத்தியாயங்களை ஓதுவதன் மூலம் பெற்றுக்கொள்வது இப்பயிற்சியில் ஒரு பகுதியாகும். 1950ஆம் ஆண்டு வரை புகழ்பெற்ற பாடகர்களும் இசைக் கலைஞர்களும் 'ஷெய்க்' என்றே அழைக்கப்பட்டனர்.

தொன்மைக் காலத்தில் கவிதையும் பாடல்களும் அரபு இசையின் மூலக்கூறுகளாக இருந்துள்ளன. அரேபியாவில் இஸ்லாம் தோன்று வதற்கு முன்னர் தொடங்கிய இம்மரபுகள் இஸ்லாம் தோன்றியதற்குப் பின்னரும் தொடர்ந்தன. இஸ்லாத்தின் ஆரம்ப நூற்றாண்டுகளில் கவிதை மிகப் பெரிய கலை வடிவமாகத் திகழ்ந்தது. தொன்மைக் காலத்தில் இருந்தே அரபுப் பண்பாட்டில் கவிதை அல்லது செய்யுள் பாடலின் அடிப்படையாக விளங்கியது. அரேபியா அதன் நாகரிக வளர்ச்சியின் ஆரம்பக் கட்டத்தில் இருந்த போதும் இஸ்லாம் தோன்றியதன் பின்னரும் பல்வேறு நாகரிகங்களின் தாக்கங்களினால் அரபு, இஸ்லாமியப் பண்பாடுகளில் பல மாற்றங்கள் ஏற்பட்டன.

அப்பாஸியக் கலீஃபாக்களின் ஆட்சிக் காலத்தில் கிரேக்க மெய்யியல் விஞ்ஞான அறிவுத்துறை நூல்கள் மட்டுமல்ல இசைக் கோட் பாட்டு நூல்களும் மொழிபெயர்க்கப்பட்டன. கிரேக்க இசைக் கோட்பாடுகளின் மூலம் பெற்றுக்கொண்ட அறிவை முஸ்லிம் மெய்யியலாளர்கள் அரபு-முஸ்லிம் இசைக் கோட்பாட்டு வளர்ச்சிக்கும் பயன்படுத்தினர்.

முதல் அரபு முஸ்லிம் மெய்யியலாளரான அல்கிந்தி (பொஆ 800-877) இசைக் கோட்பாடுகள் பற்றி ஆய்வு நூல்கள் எழுதியதோடு இசைக் குறியீடுகளையும் அளவீடுகளையும் வடிவமைத்தார். இசைக்

ஊத் இசைக் கருவியின் முகப்புத் தோற்றம்.

குறியீடுகளுக்கிடையிலான இடைவெளிகளையும் அவர் சரிநுட்பமாக நிர்ணயித்தார். அரபு மக்களின் ஊத் என்ற முதன்மையான இசைக் கருவிக்கான இசை அளவீடுகளையும் அல்கிந்தி வரையறுத்தார். இன்று அரபு மொழியில் பயன்படுத்தப்படும் 'மூஸிக்கி' என்ற சொல்லை அவரே முதலில் அறிமுகப்படுத்தினார் என்றும் கூறப்படுகின்றது.

அல்ஃபாராபி (*1160-1226*) இசைக் கோட்பாட்டை விஞ்ஞானத்திற் குரிய துறையாக அறிமுகப்படுத்தினார். அவர் எழுதிய புகழ்பெற்ற இசை நூலான *கிதாபுல் முசிகி அல்கபீர் (இசை பற்றிய பெருநூல்)* அவரது இக்கருத்தை விளக்குகிறது. இது ஹீப்ரு, லத்தீன் ஆகிய மொழிகளிலும் மொழி பெயர்க்கப்பட்டது.

தொன்மை அரபு இலக்கியம் இஸ்லாத்துக்கு முந்திய உயர் அரபுப் பழங்குடிகளின் வீரயுகப் பாடல்களாகும். இங்குதான் தொன்மை அரபுப் பாடல்களின் முன்னேற்ற வடிவமான கஸீதா பற்றிப் பேசப்படுகின்றது. கஸீதா ஒரு நெடுங்கவிதையாகும். ஐம்பதுக்கு அல்லது நூற்றுக்கும் மேற்பட்ட கவிதைகளைக் கொண்ட நீண்ட பாடல்களாகக் கஸீதா அமைந்திருந்தது. இவ்வரிகள் ஒவ்வொன்றும் எதுகை, மோனை கொண்ட கவியாக அல்லது பாவாக விளங்கின. இவை பெரும்பாலும் ஓர் அரசனை அல்லது ஓர் ஆளுமையை அல்லது ஒரு பொருளைப் புகழ்ந்து பாடுவதாக அமைந்திருந்தது. அத்துடன் கவிஞர்களின் தனிப்பட்ட வாழ்வையும் பழங்குடிகளின் பெருமைகளையும் அவை வெளிப்படுத்தின.

பொஆ 7ஆம் நூற்றாண்டு வரை இந்தக் கஸீதாக்கள் வாய்வழிப் பாடலாகவே அடுத்த பரம்பரையைச் சென்றடைந்துள்ளன. மத்திய காலத்துக்கு முற்பட்ட நன்கு திருத்தமான கலைவடிவங்களில் கஸீதாவும் ஒன்று எனக் கஸீதா ஆய்வாளர் சல்மா இஹ்தியா குறிப்பிட்டுள்ளார்.

இலங்கை, இந்தியா, மலேசியா, இந்தோனேஷியா உட்பட பல நாடுகளில் வாழும் முஸ்லிம்களிடையில் கஸீதாவின் செல்வாக்குப் பரவியது. இன்றும் இதன் தாக்கத்தை அவதானிக்கலாம். ஜாஹிலியாக் கால கஸீதாக்கள் தொன்மைக் காலத்தில் அவை உருவான காலத்திற்குரிய பண்புகளைக் கொண்டிருந்தன. இஸ்லாமிய வருகைக்குப் பின்னர் இஸ்லாமிய சமய விடயங்களைப் பாடுவதாகவும் கஸீதாக்களின் உள்ளடக்கங்களில் மாற்றங்கள் நிகழ்ந்தன.

பொஆ 7, 8ஆம் நூற்றாண்டிற்குப் பின்னரும் உஸ்மானியக் கலீஃபாக்களின் ஆட்சிக் காலத்திலும் பல மாற்றங்கள் நிகழ்ந்தன. இக்காலப் பகுதியில் அரேபியாவின் நாடோடிப் பாலைவன வாழ்வு ஓரிடத்தில் நிலையாக வாழ்வதாக மாறியது. நாடோடி மக்களின் வாழ்வு நகர வாழ்வாக மாற்றமடைந்தது. கிரேக்க பாரசீக நாகரிகங்களுடன் ஏற்பட்ட தொடர்புகள் காரணமாக ஜாஹிலியாக்கால கவிதையும் இசையும் மேலும் மெருகூட்டப்பட்டன. கவி அமைப்பைவிட இசைக்கு முக்கியத்துவம் தரும் போக்கு வளர்ச்சியடைந்தது. இன்னொரு வகையில் கூறுவதானால் கவிதையும் இசையும் இணை பிரியாத உறவைப் பெற்றுக் கொண்டதுடன் அரபு இசையில் கஸல் வளர்ச்சியடைந்த காலப் பகுதியும் இதுவாகும்.

முஅலாக்காத்

பழங்குடி மக்கள், தமது தலைவரான ஷெய்கிற்கு அடுத்த இடத்தைக் கவிஞர்களுக்கு வழங்கினர். இம்ரஉல் கைஸ் இப்னு ஹுஜ்ர், அல்கிந்தாஹ் என்ற பழங்குடி இனத்தைச் சேர்ந்தவராவார். அல்ஹுஜ்ர் கிந்தா இனத்தின் இறுதி மன்னராவார். அல்கிந்தாஹ் ஏமனைச் சேர்ந்த ஒரு பகுதி. இம்ரஉல் கைஸ் பிறந்த ஆண்டு கி.பி 501 என நம்பப்படுகின்றது. அவர் 6ஆம் நூற்றாண்டில் வாழ்ந்த புகழ்பெற்ற அரபுக் கவிஞராவார். அரபுக் கவிதையின் தந்தை என்றும் இம்ரஉல் கைஸ் போற்றப்படுகின்றார். கஸீதாவை அல்லது கஸீதாவிற்கு நிகரான செய்யுள் வடிவத்தை உருவாக்கியதில் இம்ரஉல் கைஸின் பங்களிப்பு முக்கியமானதாகும். அரபுக் கவிதைகளுக்கான விதிகளையும் எதுகை மோனைகளுக்கான ஒழுங்கமைப்பையும் இம்ரஉல் கைஸ் வகுத்து வழங்கினார் என்றும் கூறப்படுகின்றது. (பார்க்க: *என்சைக்ளோபீடியா ஆஃப் இஸ்லாம்*, 1927)

இம்ரஉல் கைஸின் பல கவிதைகள் அழிந்துவிட்டன. 25 பாக்கள் கொண்ட சிறிய நூல் மட்டுமே கிடைத்துள்ளது. 1837இல் பாரிஸைச் சேர்ந்த மெக்குக் டீ ஸ்லேன் அதனை வெளியிட்டுள்ளார். எனினும், இம்ரஉல் கைஸின் முதன்மையான பங்களிப்பு *முஅலாக்காத்* ஆகும்.

என் மனதிற்கினியவளின் நினைவிற்காக
நமது பயணத்தை நிறுத்துவோம்

என்று அந்த முஅலாக்காத் தொடங்குகின்றது. 82 பாக்களைக் கொண்ட இந்த முஅலாக்காத் திரும்பத் திரும்பப் பலரால் எழுதப்பட்டுள்ளன; பலர் உரை விளக்கமும் தந்துள்ளனர்.

'நிறுத்துவோம் அழுவோம்' என்ற அவரது கஸீதா புகழ்பெற்ற ஏழு முஅலாக்காத் கவிதைகளில் ஒன்றாகும். இஸ்லாத்துக்கு முந்திய கவிதைகளில் இம்ரஉல் கைஸின் கவிதைகளுக்கு அரபு இலக்கிய வரலாற்றில் ஒரு தனி இடம் உண்டு. அல்தாஹிர் அஹ்மது மக்கி தமது இலக்கிய வாழ்க்கை வரலாற்று அகராதியில் இம்ரஉல் கைஸ் பற்றிக் கூறுகையில் அவர் 'கவிதை இளவரசன்' என்றும் அவர்தாம் முதலாவது அரபு மொழிக் கவிஞர் என்றும் குறிப்பிட்டுள்ளார். இராக்கிய எழுத்தாளர் மழ்ஹர் அல்சமாஹி இம்ரஉல் கைஸ் ஒரு சுதந்திரக் கவிஞர் என்றும் பாராட்டியுள்ளார்.

6, 7ஆம் நூற்றாண்டுகளில் முஅலாக்காத் கவிதைகள் தங்க மை யினால் எழுதப்பட்டு மக்களின் பார்வைக்காகக் கஅபாவின் திரை களில் தொங்கவிடப்பட்டன. பல முஅலாக்காத் கஸீதாக்களில் இருந்து ஏழு கஸீதாக்கள் தெரிவு செய்யப்பட்டு இவ்வாறு தொங்கவிடப் பட்டதாக வரலாறு கூறுகின்றது. முஅலாக்காத் (தொங்கு கவிதைகள்) எழுதிய ஏனையோரின் பெயர்கள் பின்வருமாறு: அம்ர் இப்னு குல்ஸூம், துராஃபா அல்அப்த், அல்ஹாரிஸ், இப்னு ஹிரிஷா, சுஹைர்.

உக்காஸ் சந்தையில் ஆண்டுதோறும் நடைபெற்று வந்த கவிஞர்களின் சந்திப்பின் போது அங்கு அவர்கள் போட்டிப் பாடல்கள் இயற்றுவது வழக்கம். ஏதாவதொரு பாடல் மன்னனைக் கவருமாயின் அதைத் 'தொங்க விடுங்கள்; அதை எனது பொக்கிஷங்களில் ஒன்றாகப் பாதுகாத்து வாருங்கள்' என்று மன்னன் கட்டளை இடும் வழக்கமும் இருந்தது.

ஸ்பானியாவைச் சேர்ந்த இப்னு அப்து ராபியாவின் கவிதையில் முஅலாக்காத் பற்றி இவ்வாறு கூறப்படுகின்றது: 'அரேபியர்கள் கவிதை மேல் பெருமதிப்பு வைத்திருந்தனர். பழங்குடிக் கவிதைகளில் மிகச் சிறந்த ஏழு கவிதைகளைத் தெரிவு செய்து மெல்லிய பட்டுத் துணியில் தங்கமையினால் எழுதி கஅபா திரையில் அவை தொங்கவிடப்பட்டன'.

முஅலாக்காத் விவரிப்புகள்

பொஆ 878இல் மறைந்த அபு செய்த் அல்குறைஷியால் தொகுக்கப்பட்ட ஜம்ஹறத் அஷ்டர் அல்அரப் எனும் நூல் ஏழு தொங்கு கவிதைகளையும் மீள் எழுத்துருவாக்கம் செய்த நூலாகக் கருதப்படுகின்றது. இது தவிர

முஅலாக்காத் கவிதைகளின் விவரிப்புகள் காலத்திற்குக் காலம் நூல் களாக வெளியிடப்பட்டுள்ளன. அதில் பொஆ 939இல் மறைந்த கூஃபாவைச் சேர்ந்த மொழியியலாளர் இப்னு அல்அன்பாஹி ஆரம்ப விவரிப்பாளராகக் கருதப்படுகின்றார். அவர் தொங்கு பாடல்களைப் பெயர் ஒழுங்கில் பின்வருமாறு வகுத்துள்ளார்: இம்ரஉல் கைஸ், தராஃபா, ஸுஹைர், அன்ட்டாரா, அம்ர், அல்ஹாரிஸ், லாபித் ஆகியோர்.

ஏறத்தாழ இதே காலத்தில் வாழ்ந்த (இற: கி.பி 932) இப்னு கைஸான் பின்வருமாறு வரிசைப்படுத்தித் தொகுத்துள்ளார்: இம்ரஉல் கைஸ், தஹாஃபா, லாபித், அல்ஹாரிஸ், அம்ர், அன்ட்டாரா, ஸுஹைர். அதாவது இலக்கிய விமர்சகர்கள் அனைவருமே முஅலாக்காதின் தலைமைக் கவிஞராக இம்ரஉல் கைஸை அடையாளப்படுத்தியுள்ளனர். பாரசீகத்தைச் சேர்ந்த ஸவ்சானி (இற. பொஆ 1093), அல்தப்ரீஸி (இற. பொஆ 1109) போன்றோரும் முக்கியமான விவரிப்பாளர்களாவர்.

இவர்களைத் தொடர்ந்து 1802இல் ஏ.டீ. ஹார்ட்மனின் ஜெர்மன் மொழிபெயர்ப்பு (*Die hellstrahlenden pleiden am arabischen poetischen himmel*) வெளிவந்தது (ஏ.ஜே. ஆர்பெர்ரி, 1957). 1857இல் பிலிப் வூல்ப்பின் ஜெர்மன் மொழிபெயர்ப்பு *Muallakat: die Sieben Preisgetichte der Arber* என்ற தலைப்பில் வெளிவந்தது. சர் வில்லியம் ஜான்ஸின் மற்றொரு மொழிபெயர்ப்பு 18ஆம் நூற்றாண்டு ஆங்கில வசன நடையில் 1881இல் வெளிவந்தது. பிளன்ட்டினின் மொழி பெயர்ப்பு *இஸ்லாத்திற்கு முற்பட்ட அரேபியாவின் பொற் கவிதைகள் ஏழு (த செவன் கோல்டன் ஆர்டர்ஸ் ஆஃப் பேகன் ஆஃப் அரேபியா)* என்ற தலைப்பில் 1903இல் வெளிவந்தது.

இம்ரஉல் கைஸின் கவிதைகள் அவர் காலத்திலும் பின்னரும் அரபுக் கவிதை உலகில் முக்கிய தாக்கத்தைச் செலுத்தி வந்துள்ளன. அவர் பயன்படுத்திய பல சொற்றொடர்களும் பழமொழிகளும் அரபு மக்கள் மத்தியில் புகழ் பெற்றவையாக விளங்கின. மிகப் புகழ் பெற்றதாகவும், அனைவரது ஆதரவையும் பெற்றதாகவும், மிகவும் செல்வாக்கு மிக்க கவிதைகளாகவும் உல் கைஸின் முஅலாக்காத் விளங்கியது என்பது எவ்வகையிலும் மிகைப்படுத்தப்பட்ட கருத்தல்ல என்று எச்.ஜி. ஃபார்மர் கூறுகின்றார். (பார்க்க: எச். ஜி. ஃபார்மர், 1994)

வரலாற்று ரீதியாக ஜாஹிலியாக் கவிதைகள் பழங்காலத்துச் செய்தி களையும் பழங்குடிப் பெருமைகளையும் அடுத்த தலைமுறைக்கும் அடுத்த யுகத்துக்கும் எடுத்துச் செல்லும் தொடர்புச் சாதனங்களாகவும் விளங்கின. ஜாஹிலியாப் பழங்குடி மக்களின் கூட்டு நினைவுப் பதிவா கவும் இவை காணப்படுகின்றன. இயற்கை, வாழ்க்கை என்பவற்றோடு

வீரம், கண்ணியம், தாராளத்தன்மை, குலப்பெருமை போன்ற பழங்குடி மக்களின் பண்புநலன்களையும் இக்கவிதைகள் வெளிப்படுத்தின.

அரபு இசையின் முழு நிறைவுத் தன்மை அதன் தொழில்நுட்பத்தை மட்டும் சார்ந்திருக்கவில்லை; பாடகரால் உருவாக்கப்படும் உணர்ச்சி, சொல் அலங்காரம் போன்றவற்றாலும் அரபு இசை உணர்ச்சிபூர்வமாக மெருகூட்டப்பட்டது. அதாவது பாடல்கள் மூலமாகவும் இசை மூலமாகவும் ஓர் அரபு இசைக் கலைஞர் இசையின் ஆன்மாவில் தம்மை ஆழமாக ஈடுபடுத்திக் கொள்கின்றார். அரபு இசையில் (ராகங்களில்) சுயமுன்னெடுப்புகளை வெளியிட இசைவாணர் அதிக கவனம் செலுத்து கின்றார். ஒரே பாடலைப் பல சந்தர்ப்பங்களில் ஒரு பாடகர் அல்லது வெவ்வேறு பாடகர்கள் பாடும்போது சுய முன்னெடுப்புகளால் அவை புதிய அழகையும் கவர்ச்சியையும் பெற்றுக்கொள்கின்றன.

உமையாக்களின் ஆட்சிக் காலம்

உமையாக்களின் காலப்பகுதியோடு இஸ்லாமியப் பேரரசின் தலைநகர் மதீனாவில் இருந்து சிரியாவின் டமஸ்கஸ் நகருக்கு மாற்றப்படுகிறது. உமையாக் கலீஃபாக்களின் காலப்பகுதியில் (பொஆ 661-750) பாரசீக, சிரிய பாணியிலான இசைச் செல்வாக்கு வளர்ச்சி பெறுகின்றது. இப்னுமிஸ்தா போன்றோர் உருவாக்கிய இசைக் கோட்பாடுகள் அப்பாஸியர் ஆட்சிக்காலம் வரை (பொஆ 750-847) நீடித்தது.

9ஆம் நூற்றாண்டில் பாக்தாத் நகரில் இசை பற்றியும் இசை வரலாறு பற்றியும் பல நூல்கள் எழுதப்பட்டன. மெய்யியலாளர்களான அல்கிந்தி, அல்பராபி போன்றோரின் இசை நூல்களும் ஆய்வுகளும் இக்காலத்தில் வெளிவந்தன. உமையா ஆட்சிக் காலப்பிரிவில் (பொஆ 661-750) சிரியாவிலும் அப்பாஸியர் ஆட்சிக் காலப்பிரிவில் (பொஆ 750-990) இராக்கிலும் சிரிய, மெசப்படோமிய, பைஸாந்திய, பாரசீக இசைச் செல்வாக்கை அரபு இசை பெற்றுத் தன்னை வளப்படுத்திக் கொண்டது.

மனித நல ஆர்வம், கலைத்துவச் சாதனை, அறிவுத்துறை வளர்ச்சி போன்றவை எங்கிருந்தாலும் அவற்றை ஆதரிக்கும் முன்மாதிரி ஆட்சி யாளர்கள் பலர் இஸ்லாமியப் பேரரசை ஆண்டுள்ளனர். இவர்கள் சகிப்புத்தன்மைக்கு மதிப்பளித்தனர். கலை, பண்பாடு, அறிவியல் ஆகியவற்றின் பொற்காலமாக இக்காலப் பகுதியை உலகம் இன்றும் போற்றுகின்றது.

8-13ஆம் நூற்றாண்டுக் காலப்பகுதியில் முஸ்லிம் மெய்யியலா ளர்கள் எழுதிய ஆய்வுக் கட்டுரைகள், நூல்கள் முஸ்லிம்களின் இசைப்

புலமையை ஆழமாக எடுத்துக் கூறியதோடு அடுத்த தலைமுறைக்கும் கொண்டுசென்றன. முஸ்லிம், அரபு மக்களிடையே இசை ஆர்வத்தை வளர்ப்பதற்கும் தூண்டுவதற்கும் இவற்றின் பங்களிப்பு பெரும் ஆதாரமாய் இருந்துள்ளன.

இவர்களில் முதன்மையானவராக இப்னு அல்முனாஜிப் (பொஆ 912) கருதப்படுகிறார். அவர் எட்டு இனிய ராகங்களின் மாதிரிகள் பற்றி விளக்கமளித்திருந்தார். ஒவ்வொரு மாதிரியும் விரல்களின் பெயர்களால் அழைக்கப்பட்டது. 'ஊத்' எனும் இசைக் கருவியை இயக்கப் பயன்படும் விரல்களின் பெயர்கள் அவை.

இசைக்கு இன ரீதியான தடைகள் இல்லை. அது உலகளாவிய மொழி என்று சொல்லப்படுவதில் ஒரு பொருள் உண்டு. ஆனாலும் இசையின் வரலாற்றில் இனத்துவப் பண்பு ஆழமான இடத்தைப் பெற்றுள்ளது. தமிழ் இசை, சிங்கள இசை, பஞ்சாபி இசை, பதூன் இசை, பேர்பர் இசை, மாலி இசை, வட ஆப்பிரிக்க இசை, குர்தி இசை, துருக்கிய இசை, ஐரோப்பிய இசை, ஸ்பானிய இசை, சீன இசை, இந்திய இசை என்று எண்ணற்ற வகைகள் உள்ளன. அரபு இசை அரபு உலகுக்கும் இதர முஸ்லிம் மக்களுக்கும் சொந்தமானது.

3

முஸ்லிம் இசை மரபில் கஸீதாவும் கஸலும்

அரபு இசை தனித்துவமிக்கதாகும். அரபுத் தீபகற்ப மக்கள் செமித்திய, பண்டைய மெசப்படோமிய, பாரசீகப் பண்பாடுகளுக்குப் பெரிதும் கடன்பட்டவர்கள். இந்தப் பண்பாட்டுத் தாக்கத்தை வெளிப்படுத்தும் முதன்மையான சாதனங்களில் அரபு இசையும் ஒன்றாகும்.

பிறப்பு, இறப்பு, உழைப்பு, காதல், திருமணம், சடங்கு, கொண்டாட்டம், பெருநாள், ஒட்டகப் பயணம் ஆகிய ஒவ்வொன்றுக்கும் அரபுகளிடையே பாடல்கள் புகழ் பெற்று விளங்கின. இன்றும் கிராமங்களிலும் கொண்டாட்டங்களின் போதும் திருமண நிகழ்வுகளிலும் மத்திய கிழக்கில் இசைக்கு ஒரு முக்கியத்துவம் இருக்கின்றது. அரபு நாகரிகம் பரவிய உலகின் ஏனைய பாகங்களிலும் அரபு அல்லாத முஸ்லிம் சமூகத்தவரிடையேயும் இதன் செல்வாக்கு பரவியது. பல்வேறு இன, மொழி மரபுகளிலும் கஸீதா, பைத், முனாஜாத் போன்ற சுய மொழிப் பாடல் மரபுகளும் உருவாகின. இதில் தமிழ்மொழிக்கு முக்கியமான பங்குண்டு.

கஸீதா, பைத், மர்தியா என்ற அரபுக் கவிதை இனங்கள் இலங்கை, தமிழக முஸ்லிம்களின் மத்தியில் எப்போது ஒன்றுகலந்தன என்று கூறுவது கடினம். எனினும் பல நூற்றாண்டுப் பழமைக்கு அவை சொந்தமானவை. மத்திய கிழக்கு நாகரிகத்திற்கு குறிப்பாக, அரபுத் தொன்மை நாகரிகத்திற்குச் சொந்தமான இவற்றின் தொடர்பையும் செல்வாக்கையும் மத்திய கிழக்கிற்கு வெளியே வாழும் முஸ்லிம்களிடையேயும் இன்றும் காண முடியும்.

இலங்கையிலும் தமிழ்நாட்டிலும் இக்கவிதை மரபும் இசையும் இன்றிருப்பதைவிட முஸ்லிம்களின் வாழ்வோடு இணைந்திருந்த காலப் பகுதி ஒன்றிருந்தது. பூசரி இமாமின் *புர்தா ஷரீஃப்* அல்லது *கஸீதத்துல் புர்தா* வீடுகள் தோறும் பாடப்பட்ட காலம் பற்றி மூத்த தலைமுறையினர் நன்கறிவர். *மாப்பிள்ளை ஊர்வல பைத், மழை பைத்,*

ஃபக்கீர் பைத், குர்ஆன் மத்ரஸாக்களில் சிறுவர்கள் பாடிவந்த ஹம்ஸ் (பைத்) போன்று பல பைத் வகைகள் இருந்துள்ளன. இவை அரபு மொழியிலும் தமிழ் மொழியிலும் பாடப்பட்டன. பல உள்ளூர்க் கவிஞர்களும் சமய அறிஞர்களும் இத்தகைய பாடல்களை உருவாக்கி மக்களின் தேவைகளைப் பூர்த்தி செய்தனர்.

19ஆம் நூற்றாண்டில் இலங்கை அக்குறணையில் வாழ்ந்த கசாவத்தை ஆலிம் புலவர் பல கஸீதாக்களையும் மர்தியாக்களையும் பாடியுள்ளார். *கஸீதத்துல் முரப்பஹா* கசாவத்தை ஆலிம் புலவர் அவருடைய தகப்பனார் பெயரில் அரபு மொழியில் பாடிய கஸீதாவாகும். அவரது ஆசான் தைக்கா சாஹிப் (வலி) அவர்களைப் புகழ்ந்து *மர்தியா* (இரங்கல் கவிதையும்) பாடியுள்ளார். 23 பக்கங்களில் முஹம்மது நபி (ஸல்) அவர்களைப் பற்றி *பைத்துக்களும் ஹிக்காயத்துகளும்* கொண்ட அரபுக் கவிதை நூலான கசாவத்தை ஆலிம் எழுதியுள்ளார். (ஏ. எம். நஜிமுதீன், 2000)

இவ்வாறு புகழ்பெற்றிருந்த பலவகை பைத்துகள், கஸீதாக்கள் வரிசையில் *வித்ரியா* முக்கியமாகக் குறிப்பிடவேண்டிய கவிதை நூலாகும். 4000க்கும் மேற்பட்ட நீண்ட கஸீதாக்களைக் கொண்ட இந்த நூலின் பெயர் *கஸீதத்துல் வித்ரியா ஃபீ மஹ்தி கைரில் பரிய்யா.* இது மாதிஹுர் ரஸூல் (1632-1703) என்பவரால் இயற்றப்பட்டது.

மாதிஹுர் ரஸூல் பல அரபு நாடுகளில் கல்வி கற்றதோடு அரபுக் கவிதை மரபுகளிலும் தேர்ச்சி பெற்றிருந்தார். ரஸீத் அல்பாக்தாதியின் 1218 கஸீதா அடிகளும் 4000 பாடல் வரிகளுக்குள் *வித்ரியாவில்* உள்ளடக்கப்பட்டுள்ளன. *வித்ரியா* முஹம்மத் நபி (ஸல்) அவர்களைப் புகழ்ந்து பாடும் கஸீதா நூலாகும். இலங்கை மற்றும் தமிழ்நாட்டுச் சூழலில் அரபு மொழியில் இயற்றப்பட்ட மிகச் சிறந்த கவிதை நூலாகவும் *வித்ரியா* போற்றப்படுகின்றது (தைக்கா சுஐப் ஆலிம், 1993). எடுத்துக்காட்டாக, பின்வரும் *வித்ரியா* வரிகளின் தமிழ் வடிவத்தை இங்கு நோக்கலாம்:

என் தசைகளிலும் எலும்புகளிலும்
உங்கள் அன்பு ஊடுருவி உள்ளது
அதனால் என் இதயத்தினுள் நுழைவதற்கு
ஷைத்தானுக்கு எந்த வாய்ப்பும் இல்லை

உங்கள் மீதான எனது பரிவும்
நான் ஓதும் புகழ்ப் பாடல்களும்
விரும்பியதெல்லாம் கிடைக்கும் சுவனத் தோட்டத்திற்கு
என்னை உங்களுடன் அழைத்துச் செல்லும்.

பல்வேறு சூஃபிகளையும் பெரியவர்களையும் புகழ்ந்து பாடப்பட்ட *மவ்லீது* வகையிலான பைத்துகளும் கஸீதாக்களும் 19ஆம் நூற்றாண்டிலும், 20ஆம் நூற்றாண்டின் முன்பாதிவரையிலும் இலங்கையிலும் தமிழ்நாட்டிலும் மிகுந்த செல்வாக்கைப் பெற்றிருந்தன.

பைத்துகளும் கஸீதாக்களும் கஸலைப் போல் இசையும் கவிதை வரிகளும் கலந்த பாடல்களாகும். இவற்றின் பிறப்பிடம் தொன்மை அரேபியா. இதன் காலத்தைக் பொஆ 5, 6ஆம் நூற்றாண்டு ஜாஹிலியாக் கால அரேபியா என்றோ அதற்கும் சற்று முற்பட்ட காலப்பிரிவு என்றோ நிர்ணயிக்கலாம். அரபு மக்களின் இசைக் கலை வளர்ச்சிக்கு மூலக்கருத்தாக அமைவது அவர்களிடையே பண்டுதொட்டு நிலவி வந்த கவிதைக் கலைமரபாகும். அரபுக் கவிதை மரபைப் பேசாது தொன்மை அரபு இசையைப் பேசுவது கடினமாகும்.

அரபுப் பாடல் மரபின் தோற்றத்தை ஆராயும் போது அல்ஹீய்னா என்ற அரபு இசை மரபு கவனத்தில் கொள்ளப்பட வேண்டும். *மூஸிக்கி* என்ற கிரேக்க சொல்லுக்கு இனிய ராகங்களை உருவாக்கும் அறிவியல் என்று பொருள். கிரேக்க இசைக் கோட்பாட்டில் அரேபிய இசையியல் அறிஞர்கள் *இல்ம் அல்மூஸிக்கி* என்று அழைக்கப்பட்டனர். *இல்ம் அல்ஹீய்னா* என்ற அரபுச் சொல் அரபுப் பண்பாட்டிற்குரிய நடைமுறை இசைக் கோட்பாட்டைப் பேசுகிறது. கிரேக்க இசைக் கோட்பாட்டு மரபுகள் அரபு, பாரசீக இசையில் செல்வாக்கு செலுத்துவதற்கு முன்னர் அரபு இசைக்கென்று ஒரு தொன்மையான கோட்பாடு ஹீய்னாவுடன் இணைத்துப் பேசப்பட்டு வந்துள்ளது.

அல்ஹீய்னா

அல்ஹீய்னா மனித உணர்வுகளை வெளியிடும் ஒரு பாடல் முறையாகும். இன்ப உணர்வுகளையும் துயர உணர்வுகளையும் இயல்பான மனித உணர்வுகளையும் அல்ஹீய்னா விவரிக்கின்றது. இசைக் குறியீடுகளும் லயமும் மேளங்களின் தாளக்கட்டும் ஒருங்கிணைந்த ராகங்களின் வெளிப்பாடுதான் ஹீய்னா என்று கூறப்படுகின்றது. ஹீய்னா என்றால் இசைக் கருவிகளுடன் இணைந்து பாடப்படும் கவிதைகளாகும். அல்மசூதியின் கருத்தின்படி அல்ஹீய்னா, அல்ஹுதா எனும் ஒட்டகம் ஓட்டிகளின் பாடல்களில் இருந்து தோன்றிய அரபு இசை வடிவமாகும். *(பார்க்க: ரைஸ் ஃபாத்திமா, 1995)*

இஸ்லாத்திற்கு முற்பட்ட காலத்திற்குரிய அல்ஹுதா அல்லது ஒட்டகம் ஓட்டிகளின் பாடல்கள் ஹீய்னா வகைப் பாடல்களுக்கு மூலாதாரமாக இருந்துள்ளன. குறிப்பாக மென் உணர்வுகளை

வெளியிடும் கஸல் பாணியிலான விவரிப்புகள் அல்ஹீய்னாவில் சிறப்புக் கருப்பொருளாய் அமைந்திருந்தன. அல்ஹீய்னாப் பாடலை பாடுவதில் பெண்கள் அதிக அளவில் பங்கேற்றனர். அரபுச் சமூக வாழ்வில் இவ்வாறான பாடகிகளுக்கு ஒரு முக்கியத்துவம் இருந்தது. பாடல் நடைபெறும் சிறப்பு நிகழ்வுகளில் பெண்கள் பாடல்களை இசைத்தனர். அல்ஜாஹிஸ் என்பவரின் அறிவிப்பின்படி அவர்களில் மிகச் சிறந்த பாடகிகள் 4000க்கும் மேற்பட்ட பாடல்களை மனப்பாடமாகப் பாடுபவர்களாய் விளங்கினர். அதற்கும் அதிகமான பாடல்களை மனனம் செய்த பாடகிகளும் இருந்தனர். (பார்க்க: மேலது)

மிகத் தொன்மைக் காலத்திலிருந்தே அரபிகள் பாடல்களை இயற்றுவதிலும் பாடல்களைக் கேட்டு ரசிப்பதிலும் மிகுந்த ஆர்வம் கொண்டிருந்தனர். அவர்கள் வாழ்ந்த சூழலும் இயற்கையின் கொடைகளும் அதன் தடைகளும் வாழ்வை ரசிப்பதற்கும் அதன் துயரங்களைப் பாடல்களாய் அனுபவிப்பதற்கும் அவர்களைத் தூண்டும் சாதனங்களாக இருந்துள்ளன. உமையாக்கள் காலத்தில் ஆட்சியாளர்களும் பொது மக்களும் உயர்ந்த பதவிகளில் இருந்தவர்களும் இசையையும் பாடலையும் ரசித்தனர். பாடல்களுக்கும் பாடகிகளுக்கும் உரிய வாய்ப்புகள் வழங்குவதை அவர்கள் பெருமையாகக் கருதினர். இசை பாடுதல் தரக் குறைவான செயல் என்றோ தொழில் என்றோ அவர்கள் கருதவில்லை.

பொ.ஆ 5ஆம் நூற்றாண்டுக்கு முன்னரே கவிதை (அல்லது செய்யுள்) அரபு மக்களின் முதன்மையான கலை இலக்கிய வடிவமாக காணப் பட்டுள்ளது. இலக்கியத்திற்கும் இசைக்குமான பொது ஊற்றாக கவிதை அல்லது பாக்கள் இருந்துள்ளன எனலாம். உலகின் ஏனைய பல மொழிகளில் நிகழ்ந்தது போலவே அரபு மொழியிலும் வசன நடைக்கு முன்னரே செய்யுள் அல்லது பா இயற்றல் தொடங்கி விட்டது. இஸ்லாத்திற்கு முற்பட்ட காலத்திலும், இஸ்லாம் தோன்றிய பின்னரும் அரபு மக்கள் கவிதைக்கும் இசைக் கலைக்கும் முக்கிய இடத்தை வழங்கினர்.

கிறிஸ்து ஆண்டு தொடங்கிய காலத்திலேயே தென் அரேபியா இசை வளர்ச்சியின் முதன்மைக் களமாக விளங்கியது. பல கவிஞர்கள் தென் அரேபியாவுடன் தொப்புள் கொடி உறவினராய் இருந்தனர். இஸ்லாமிய ஆட்சிக் காலத்தில் பயன்படுத்தப்பட்ட இசைக் கருவிகள் பல தென் அரேபியாவிற்குச் சொந்தமானவை. இன்றுகூட (வட அரேபியாவைச் சேர்ந்த) அல்ஹிஜாஸ் அரபிகள் சிறந்த அரபு இசையைத் தென் அரேபிய ஏமனிலிருந்தே பெற்றுக்கொண்டதாகக் கூறுகின்றனர்.

அல்ஹிஜாஸ் மாநிலத்தின் மக்காவும் மதீனாவும் தென் அரேபியப் பழங்குடிகளின் வருகைக்கும் குடியேற்றத்திற்கும் அடிக்கடி உள்ளாகி வந்த நிலப்பரப்புகளாகும். ஹிஜாஸ் தனது உள்நாட்டுக் கலைகளின் வளர்ச்சியில் அதிக முன்னேற்றத்தை வெளிப்படுத்தியது. மக்காவில் குறைஷியர் ஆட்சி நடைபெற்ற போது மக்காவும், கஅபாவும், உக்காஸ் சந்தையும் தேசியரீதியில் ஒன்றுகூடும் இடங்களாய் விளங்கின. உள்ளூர்க் கலைகளின் மையங்களாகவும் இவை வளர்ச்சி பெற்றன. *(எச்.ஜி. ஃபார்மர், 1994)*

முஅலாக்காத்

ஆறாம் நூற்றாண்டு முடிவடையும் போது அரபு மொழி மிகச் சிறப்பான அதன் காலத்தைப் பிரதிபலித்தது. துல்ஹஜ் மாதத்தில் 'உக்காஸ்' சந்தையில் கவிதைப் போட்டிகள் நடைபெறுவது வழக்கம். அரபுத் தீபகற்பத்தின் பழங்குடிகள் தங்களின் மிகச் சிறந்த கவிஞர்களை அந்தச் சந்தைக்குத் தங்களின் பிரதிநிதிகளாக அனுப்பி வைப்பர். பல்வேறு தலைப்புகளில் பாடப்படும் கவிதைகள் மதிப்பீடு செய்யப் பட்டுச் சிறந்த கவிதைகள் பரிசுக்காகத் தெரிவு செய்யப்பட்டன. இங்கு தேர்ந்தெடுக்கப்படும் கவிதைகள் மக்காவில் கஅபா திரையில் மக்களின் பார்வைக்காகத் தொங்கவிடப்பட்டன.

அவற்றுக்கு முஅலாக்காத், முஹாதாபாத் (பொன் முலாம் பூசப் பட்டவை) என்று பெயரிடப்பட்டன. சர் வில்லியம் ஜோன்ஸ் முஅ லாக்காத் கவிதைகளை 1782இல் ஆங்கிலத்தில் மொழிபெயர்த்தார். புகழ்பெற்ற அக்கவிதைகள் அக்கால மரபுக்குரிய வகையில் செய்யுள் அல்லது ஈரடிச் செய்யுள் (பைத்)களாகப் பாடப்பட்டன. இந்தப் பா வகைகளில் உருவாக்கப்பட்ட செய்யுள் தொடர்கள் கஸீதா எனப் பட்டன. முஅலாக்காத் பாடல்களுக்கும் கஸீதா வடிவமே பயன் படுத்தப்பட்டது. கஸீதா என்பதன் மூலச் சொல் 'கஸ்த்' ஆகும். 'கஸ்த்' என்றால் 'நோக்கம்' என்று பொருள் தரப்படுகின்றது. *(பார்க்க: sacreadtext.com)*

போட்டிப் பாடல்களுக்காகவும் இது சிறப்பாகப் பயன்படுத்தப் பட்டது. பேராசிரியர் அஹ்ல் பார்த் போன்ற சிலர் கஸ்த் என்பதற்கு வேறு ஒரு கருத்தை முன்வைக்கின்றனர். 'கஸ்த்' என்பதற்கு ஒரு பொருளைச் சம பங்காகப் பிரிப்பது என்று பொருள் கொள்ளப்பட வேண்டும் என்பது அவர்களின் கருத்தாகும்.

அதாவது ஒவ்வொரு 'பைத்'தும் அல்லது செய்யுள் அடிகளும் இரு சம பங்குகளாகப் பிரிக்கப்பட்டிருக்கும். ஆனால், எல்லா அடிகளிலும்

எதுகை மோனையின் இயக்கம் பொதுத் தன்மையாக இடம் பெற்றிருக்கும். கவிஞர்கள் 16 வகையான சந்த வடிவங்களைக் கையாண்டுள்ளனர். முஅலாக்காத் பாடியவர்களில் பலர் உயர்ந்த கவிவாணர்களாவர். அவர்களில் சிலர் மட்டுமே எழுதப் படிக்கத் தெரிந்திருந்தனர். எழுத்தறிவில்லாத போதும் இயற்கையாகப் பாடும் திறன் பெற்றிருந்த உயர்ந்த கவிஞர்கள் ஜாஹிலியாக் காலத்திலும் அதற்குப் பின்னரும் வாழ்ந்தனர். தொன்மைக் கஸீதாக்கள் பின்வருமாறு வகைப்படுத்தப்பட்டுள்ளன:

மாதிஹ் - (துதிப் பாடல்)
ஹிஜா - (வஞ்சப் புகழ்ச்சி)
கஸல் - (காதல் துயர்)
ரிதா - (புலம்பல்)
வாஸ்வ் - (ஒரு பொருளை விவரித்தல்)
ஃபக்ர் - (சுய புகழ்பாடுதல்)
ஹிக்மா - (அறிவுரை, ஞானம் சார்ந்த கருத்து)

தொடக்க காலப் பாடல்கள் (அல்லது பாக்கள்) அடிப்படையில் பழங்குடிப் பண்புகளை வெளிப்படுத்தின. பழங்குடிகள் நாடோடி களாவர். தமது தேவைகளுக்குப் பெருமளவில் ஒட்டகங்களையும், செம்மறி ஆடுகளையும், ஓரளவிற்குக் குதிரைகளையும் நம்பிப் பாலைவனங்களில் அல்லது அரைப் பாலைவனங்களில் வாழ்க்கை நடத்தி வந்த மக்கள். தொன்மைக் காலத்திலிருந்து தொடக்க கால கலீஃபாக்களின் ஆட்சிக்காலம் வரை பெரும்பான்மையான கவிஞர்கள், நாடோடி அரபிகள் ஆவர். ஓரிடத்தில் நிலையாகத் தங்கி வாழ்ந்தோரின் தொகை மிகவும் குறைவாகவே இருந்தது.

தொன்மைக்காலச் செய்யுள்களில் வளமான வார்த்தைகள் பயன் படுத்தப்பட்டன. வீரதீரச் செயல்களும் காதலும் கவிதைகளாக வடிவம் பெற்றன. சொல் நயமும், பொருள் செறிவும் கொண்டவையாக இக்கவிதைகள் விளங்கின. இச்செய்யுள்களில் இலக்கிய வகைகள் துதிப் பாடல்களாகவோ, எள்ளலாகவோ, ஒப்பாரியாகவோ, குலப் பெருமைப் பாடல்களாகவோ வெளிப்பட்டன. வீரம், தீரம், விருந்தோம்பல், ஈகைத் தன்மை, உறவைப் பேணுதல் போன்ற இயல்புகள் அவற்றிலிருந்தன. (பார்க்க: மு. அ. அஹ்மது ஜுபைர், 2009)

தொன்மை வடிவம்

அடிப்படையில் அரபுக் கவிதை நாடோடிகளின் சொத்தாகும். தொன்மைக் காலம் முதல் தொடக்க கால கலீஃபாக்கள் வரை பெரும்பான்மையான கவிஞர்கள் நாடோடிகள். நிலையாகத் தங்கி

வாழ்ந்தோரைவிட கவிதைச் செல்வாக்கு நாடோடிகளிடமே அதிகம் காணப்பட்டது. அதனால் மக்காவிலும் மதீனாவிலும் கவிஞர்கள் இருக்க வில்லை என்று பொருள் அல்ல. ஆனால், அக்கவிஞர்கள் நாடோடிக் கவிஞர்கள் அளவுக்குச் செல்வாக்குப் பெற்றவர்களாக இருக்கவில்லை.

அரபுச் செய்யுள் வகையின் மூல இனம் எது என்பதை அரபு வரலாற்றாசிரியர் எடுத்துக்காட்டியுள்ளனர். (ஹீய்னாவில் நாம் குறிப்பிட்டிருப்பதைப் போல்) ஒட்டகமோட்டிகளின் ஹுதா எனும் காரவன் பாடல் வகைதான் முதலாவது பாடல் என்று கருதப்படு கின்றது. இது *ரஜஸ்* எனும் செய்யுள் அளவீட்டில் அமைந்திருந்த தாகவும், ஒட்டகக் குளம்பொலிகளுக்கு இடையிலான ஏற்ற இறக் கத்தை இது பிரதிபலித்தாகவும் அந்த வரலாறு கூறுகிறது. அதே வேளை அரபு மூலப் பாடல் வகையில் ஒன்றாகக் கூறப்படும் 'நஸ்ப்' கவிதைக் கான மூலமாகவும் ஹுதா எனும் காரவன் பாடல் இருந்துள்ளது. *(எச்.ஜி. ஃபார்மர், 1994)*

நிலையாகத் தங்கி வாழ்ந்தோரிடையே கவிதைக்குப் புகழ்பெற்ற இடமாக அல்ஹீரா நகர் போற்றப்படுகிறது. (நவீன இராக்கில் கூஃபாவின் தென் பகுதியில் உள்ள நகரம்) தொன்மைப் பாடல்கள் 'ரஜஸ்' என்ற செய்யுள் அடியில் பாடப்பட்டுள்ளன. ஆனால், அவை பொருத்தமான கவிதைகளாகக் கொள்ளப்படவில்லை. 'காரித்' என்ற வகைக்கு ஒரு முக்கியத்துவம் தரப்பட்டது. 'காரித்' இரு வகைகளாகப் பிரிக்கப் பட்டுள்ளது: ஒன்று 'கித்தா' மற்றது 'கஸீதா'. இவ்வகையீடு மிகப் பழைமையானதென்று இலக்கிய ஆய்வாளர்கள் கருதுகின்றனர். 'கித்தா' என்பதுதான் ஆரம்பக் கவி வடிவம் என்றும், அதிலிருந்து தான் 'கஸீதா' வளர்ச்சி பெற்றிருக்கலாம் என்றும் ஆய்வாளர்கள் கருதுகின்றனர்.

பொஆ 6ஆம் நூற்றாண்டளவில் 'கித்தா'வைவிட 'கஸீதா' முன்னேற்றமடையத் தொடங்கிவிட்டது. 'கித்தா' 7, 8 வரிகள் கொண்ட சிறிய பாடல் என்று இலக்கியத் தகவல்கள் கூறுகின்றன. சிலர் 'கித்தா' 20 வரிகள் வரை காணப்பட்டதாவும் கூறுகின்றனர் (பார்க்க: *Early Arabic Poetry*, 2011).

அந்த 7 வகைப் பாடல்களும் இன்று கிடைத்துள்ளன. அவை அரபுக் கவிதையின் உச்சத்தைக் காட்டுகின்றன. பல்வேறு மனித உறவு களைச் சிறப்பாகத் தொடர்புபடுத்துவதாகவும், இயற்கையின் பல்வேறு பண்புகளைக் காட்டுவதாகவும், அக உணர்ச்சிகளை வெளிப்படுத்து வதாகவும் முஅலாக்காத் அரபுக் கவிதைகள் தொடக்க காலத்திலேயே செல்வாக்குப் பெற்றவையாக விளங்கின.

இஸ்லாத்திற்கு முற்பட்ட அரபுக் கவிதைகள் வாய்வழியாகப் பாது காக்கப்பட்டவையாகும். எழுத்து வடிவத்தில் அன்றி நினைவாற்றல் ஊடாகச் சொல்லப்பட்டுப் பல்வேறு தலைமுறையினரை அவை சென்றடைந்துள்ளன. ஜாஹிலியாக் கால கவிதைகள் பாடல்களாகவே தோற்றம் பெற்றன. அவை கேட்கப்பட்டன; படிக்கப்படவில்லை. பாடப்பட்டன; எழுதப்படவில்லை. குரல்தான் இப்பாடல்களின் உயிர் நாடியாக இருந்துள்ளது. இவை செவிவழி, குரல்வழிப் பண்பாட்டிற்கு உரியவை என்று கூறப்படுகின்றன.

இப்பாடல்களைத் தொகுத்துச் சொல்வதில் பேச்சும், பேச்சல்லாத ஒன்றும் இருந்தது. குரலுக்கும் பேச்சுக்கும் இடையில் அபூர்வமான இணக்கநிலை காணப்பட்டது. குரல், பேச்சு ஆகிய இரண்டின் இணைவையும் விளக்குவது கடினமானது. கேட்பவருக்கு அது ஓர் ஆழமான அனுபவத்தை வழங்கியது. பாடல் வடிவத்தில் பேச்சைக் கேட்க நேரிட்டால் ஒவ்வொரு தனித் தனிச் சொற்களையும் நாம் கேட்பதில்லை. பௌதீகநிலை கடந்த ஆத்மார்த்த பேச்சொழுங்கு அங்கு சாத்தியமாகிறது. சொல் குரலாகிறது. அது இசைச் சொல்லா கிறது. அதாவது பாடல் சொல்லாகிறது. இவ்வாறுதான் குரலும் மொழியும் ஒன்றிணைந்து உணர்ச்சியை எழுப்பின. ஜாஹிலியாக் காலக் கவிதைகளின் முதன்மையான பண்பு இதுவாகும். (பார்க்க: அடோனிஸ், 1990)

பாடல் என்பதற்கான அரபு வேர்ச்சொல் 'நாஸிப்' என்று கூறப் படுகின்றது. அது குரலைக் குறிக்கிறது என்றும், கவிதை பாடுதல், குரலை அல்லது தொனியை உயர்த்துதல் என்ற பொருள்களும் இதற்கு உண்டு என்றும் எடோனிஸ் கூறுகிறார். இஸ்லாத்திற்கு முற்பட்ட கவிதைகள் சந்தத்தோடு பாடப்பட்டன. கவிதைகளைக் கவிஞனே பாடினான். இயற்றியவனின் வாயினால் பாடப்படும் போதுதான் கவிதை அதன் அழகைப் பெறுகிறது என்று அல்ஜாஹிஸ் (பொஆ 775-868) கூறியுள்ளார். (பார்க்க: மேலது)

தொன்மை மரபில் கவிதையானது பாடல் வடிவமாகவே வெளிப் படுத்தப்பட்டது. இதை உறுதிப்படுத்த அரபு இலக்கிய மரபில் பல அடையாளங்கள் உள்ளன. தான் இயற்றிய பாடலைத் தானே பாடும் ஒரு கவிஞனின் குரல் வானம்பாடியுடன் ஒப்பிடப்பட்டது. 'கேட்டல் தான் மொழிகளின் தந்தையாகும்' என்ற இப்னு கல்தூனின் கூற்று எண்ணிப்பார்க்கத் தக்கது. ஓதுதல் என்பது (கவிதை) பாடுதல் ஆகும். ஓதுதல் பாடலுக்கு முந்திய கவிதை ஒப்புவிப்பாக இருந்தது. அரபு இலக்கியத்தில் இது ஒரு முக்கிய பண்பாக வளர்ச்சி பெற்றது.

கலையாத கூடாரங்கள்

அரபுக் கவிதைகள் ஒட்டகத்தின் பிள்ளைகள். ஒட்டகங்களின் நடைக்கு ஏற்ற தாள லயத்தில் கவிஞர்கள் பாடினார்கள். அரபு மொழியின் சொல்வளம் அதிசயமானது. வாளைக் குறிக்க ஆயிரம் சொற்களும், ஒட்டகத்தை அழைக்க ஆயிரம் சொற்களும் அந்த மொழியில் குவிந்திருக்கின்றன. அரபுச் சமூகத்தில் கவிஞர்களுக்கு உயர் மதிப்பு தரப்பட்டது. புகழின் உதயமும் அஸ்தமனமும் அவர்களுடைய நாவின் அசைவுக்குக் காத்திருந்தன. அவர்களுடைய சொற்பொறிகளில் அரபகம் முழுவதும் கணத்தில் காட்டுத் தீயாகும் வல்லமை இருந்தது. இன்று புதுக்கவிதையில் நாம் பார்த்து வியக்கும் அற்புதமான படிமச் சிற்பங்களை வடிக்கும் கலைத்திறன் அன்றைய அரபிகளுக்குக் கைவந்திருந்தது.

உதயத்திற்கும் அஸ்தமனத்திற்கும் அரபுக் கவிஞர்கள் உவமைகளுடன் அழியாத சித்திரங்களைத் தீட்டினார்கள். இப்னு முகானா பாடுகிறார்:

இரவின் இருள் விலகுகிறது
உதய வெளிச்சம் தெரிகிறது
காகம் மேலே பறக்க
ஒளிந்திருந்த முட்டை தெரிகிறது

உமர் இப்னு பரீத்திற்கு அவருடைய காதலியின் கூந்தல் இரவின் இருட்டாகத் தெரிகிறது. அந்த இருட்டில் தவறி விழுந்து விடுவோமோ என்று அவர் அஞ்சுகிறார்.

அவள் கூந்தல் இருளில்
நான் தவறினால்
அவள் ஒளி முகம்
வழிகாட்டும் விளக்காகும்.

அஹமத் ஜகி அபூ ஷாதி தமக்கு மரணமே வராது என்கிறார். அதற்கு அவர் கூறும் காரணம் மெய்சிலிர்க்க வைக்கிறது:

எனக்கு மரணமில்லை!
காதலி!
உன் பாதம் பட்ட பூமியில்
எந்த உயிர்தான் அழியும்

— அப்துர் ரஹ்மான், *முட்டை வாசிகள்*, 2006.

நீ இயற்றும் எல்லாக் கவிதைகளையும்
நீ பாடு..
அந்தப் பாடல்தான் கவிதையின்
அதிகார வரம்பு

என்ற புகழ்பெற்ற தொன்மை அரபுக் கவிதையும் இதையே கூறுகிறது (பார்க்க: அடோனிஸ், 1990). பாடல் மூலமாகவே அரபிகள் கவிதையை அமைத்தனர், அதைப் பரப்பினர். எல்லா இனிய ராகங்களுக்குமான அடிப்படை அளவீடுகளையும் செய்யுள்களின் சீர்களாக வடிவமைத்துக் கவிதைகளை அவர்கள் அழகுபடுத்தினர்.

எதுகை மோனை

இஸ்லாத்திற்கு முந்திய கவிதையில் (அல்லது கவிதை வடிவ உரை வீச்சில்) லயமும் எதுகை மோனையும் முதன்மை இடம் பெற்றிருந்தன. அரபுக் கவிதைகளில் செய்யுளின் சீரைவிட எதுகை மோனை பழமை யானது என்பர். கவிதையைக் கேட்பவர்களை இது எளிதாக ஈர்க்க உதவியது. ஜாஹிலியாக் கவிதைகளில் எதுகை மோனையும் சந்தமும் உச்ச நிலையில் கையாளப்பட்டுள்ளதாக இலக்கிய ஆய்வாளர்கள் பாராட்டுகின்றனர்.

ஆர்மேனிய, சிரிய, ஹீப்ரு அல்லது கிரேக்க மொழிகளின் தொன்மைக் கவிதைகளைவிட அரபு மொழித் தொன்மைக் கவிதைகள் அதிகச் சிறப்பிடத்தைப் பெற்றிருந்ததாக எடுத்துக்காட்டப்படுகிறது. பண்பாட்டுத் தாக்கங்கள் பற்றிப் பேசப்பட்ட போதும் தொன்மை அரபு மொழிக் கவிதைகளின் தனித்துவத்திற்கு அவை பிற எந்தப் பண்பாட்டையும் சார்ந்திருக்கவில்லை என்ற கருத்தும் வலியுறுத்தப்படுகின்றது. அரபு மண்ணிற்குரிய பல அம்சங்களை அவர்களின் கவிதைகள் பிரதி பலித்தன என்பதில் ஓர் உண்மை இருந்தது.

இன்னொரு வகையில் கூறுவதானால் ஒட்டகம் ஓட்டிகள் தமது விலங்குகளுக்காக எதுகை மோனையுடன் பாடத் தொடங்கிய அரபுக் கவிதைகள் அவற்றின் வார்த்தைகளாலும், ஒலிகளாலும் லயத்தினாலும், சந்தச் சிறப்பினாலும் படிப்படியாகக் கவிதையின் உச்சத்தை அடைந்தன எனலாம்.

ராவீகள்

அடுத்த தலைமுறையினருக்கு எவ்வாறு பாக்கள் நகர்த்தப்பட்டன என்பது பற்றித் தொடக்க கால அரபுக் கவிதை நூல்கள் பல வரலாற்று விவரங்களைத் தந்துள்ளன. 'ராவீகள்' எனும் 'கடத்துநர்கள் அல்லது

அறிவிப்பாளர்கள்' ஊடாகத்தான் கவிதைகள் அடுத்த தலைமுறை யினருக்குக் கொண்டு செல்லப்பட்டுள்ளன. ஆனால், பெரிய கவிஞர்கள் தமக்கென்று கவிதைக் 'கடத்துநர்களை' அதாவது ராவீகளைப் பெற்றிருந்தனர். பொதுவாகக் கவிஞர்களின் சொந்தப் பழங்குடி யினர்கள் தொடர்ந்து அவர்களது பாக்களைப் பாடுவதன் மூலம் அவற்றுக்கு உயிர் ஊட்டினர். வாய்மொழிப் பாடலாக அந்தப் பகுதி முழுக்க அந்தக் கவிதைகள் பரவின. இது ஒரு பொதுவான முறை யாகும். 'ராவீகள்' அல்லது பாஓதுபவர்கள் ஒரு நிறுவனமாகச் செயல் பட்டுள்ளனர் என்பது முக்கியமானது.

ஒவ்வொரு பெரிய கவிஞனுக்கும் 'ராவீ' ஒருவர் இருந்தார். தமது கவிதைகளை அக்கவிஞர்கள் ராவீயிடம் ஒப்படைத்தனர். 'ராவீ'கள் அக்கவிதைகளை மற்றவர்களுக்குப் பரப்பினர். பல ராவீகள் தம் அளவில் கவிஞர்களுமாவர். புகழ்பெற்ற கவிஞர்களும் ராவீகளாக இருந்துள்ளனர். கிந்தா குலத்தின் இம்ரஉல் கைஸ், அல்ஹீராவின் அபூதுவாத் என்ற கவிஞருக்கு ராவீயாக இருந்துள்ளார். முஸயா னாவின் ஸுஹைர் என்பவர் தமீமைச் சேர்ந்த ஹாஜரின் மகன் அவுசிற்கு ராவீயாக இருந்துள்ளார். இவ்வாறு பெயர் பெற்ற பல கவிஞர்கள் ராவீகளாக இருந்துள்ளனர். இதன் மூலம் இருநூறு ஆண்டுகளுக்கும் மேலாக அரபுக் கவிதைப் பாரம்ரபரியத்தை அவர்கள் பாதுகாத்துள்ளனர்.

ஆனால், எல்லாக் கவிஞர்களும் சிறந்த கவிதைக் கடத்துநர்களாக (ராவீகளாக) இருக்கவில்லை. சிறந்த நினைவாற்றலும் கவிதைகளை இசைக்கும் திறனும் உடையவர்கள்தாம் ராவீகளாக இருக்க முடியும். அவர்கள் கவிஞர்களாகவும் இருக்கலாம். ஆனால் அவர்கள் 'நினை வாற்றல்' அதிகம் உள்ளவர்களாக இருந்தாக வேண்டும்.

மறாத்தி

தொடக்க கால மறாத்தி வகைப் பாக்கள் மரண அவலங்களின் போது பாடப்பட்டுள்ளன. எதுகை மோனையுடன் அமைந்த இப்பாக்களைப் பாடியதில் பெண்களுக்கும் கணிசமான பங்கிருந்தது. 5, 6ஆம் நூற்றாண்டுகளில் அதிக அளவில் பெண்கள் இப்பாடல்களைப் பாடி யுள்ளனர். அல்காஸ்ஸா, லைலா, அல்அக்யாவியா போன்ற பல பெண்(பாடகிக)ளின் பெயர்கள் வரலாற்றில் இடம் பெற்றுள்ளன. இவர்களைப் போன்றவர்கள் உண்மையான கவிஞர்களாகவும் திகழ்ந்தனர். ஆனால், அதிகமான பாடகிகள் தமது குடும்பத்தினரின் மரணச் சடங்குகளில் மட்டுமே பாடினர். இறந்தவர்களுக்காக ஒப்பாரி பாடுவோராக மட்டுமே காணப்பட்டனர். இவை 'மறாத்தி' வகைப்

பாடல்களாகும். ஆண்களின் ஒப்பாரிப் பாடல்களைவிட பெண்களின் ஒப்பாரிப் பாடல்கள் அதிக உணர்ச்சிமிக்கவையாக இருந்தன எனக் கூறப்படுகின்றது.

மர்தியா

'மர்தியா'வும் கஸீதாவைச் சேர்ந்ததாகும். சிலர் இரண்டும் வெவ் வேறானவை என்றும் கூறுகின்றனர். பொதுவாக மர்தியா இறந்தவரின் புகழ் பாடுவதாகும். இறந்தவர்மீது பாடப்படும் புகழ்ப்பாவும் உயிர் வாழ்பவர்மீது பாடப்படும் புகழ்ப்பாவும் ஒன்றல்ல. இருந்தபோதும் இவை இரண்டையும் பொதுவாக இணைத்தே பார்க்கிறார்கள். ஒரு மர்தியா பின்வரும் அமைப்பைப் பெற்றிருக்கும்:

1. மரணச் செய்தி
2. மரணத்தை உருவாக்கிய நிகழ்வுகள்
3. புகழ்
4. ஆறுதல் கூறுதல்

'மர்தியா' என்பது அரபு மொழி இரங்கல் பாடல் வகை. இஸ் லாத்திற்கு முந்திய அரேபியாவில் செல்வாக்குடன் விளங்கிய பாடல் அல்லது செய்யுள் வகைகளில் இதுவும் ஒன்று. மர்தியா பாடல் வரிகளை எதுகை மோனை அழகுபடுத்தியது. மர்தியா பாடும் வழக்கம் இலங்கையிலும் இருந்துள்ளது. தைக்கா சாஹிபு பேரில் கசாவத்தை ஆலிம் 19ஆம் நூற்றாண்டில் பாடியுள்ள மர்தியாவிலும் எதுகை மோனையின் செல்வாக்கைப் பின்வரும் வரிகளில் பார்க்கலாம்:

இப்த்தி தாயி நளிமி பிஸ்மில்லா ஹிலில்மா வாஹிதீ
இப்னு திப்து இந்திஜாஹி செய்கு தைக்கா ஸாஹிபி

இலங்கையில் அறிஞர் சித்தி லெப்பை (1838-1898) மரணமடைந்த போது அருள்வாக்கி அப்துல் காதிர் புலவர் மர்தியா அல்லது இரங்கல் பா ஒன்றை எழுதியுள்ளார். சித்தி லெப்பையின் வெளியீடான *முஸ்லிம் நேசன்* பத்திரிகையில் இது 1898இல் வெளியானது. அந்தப் பாடலின் சில சீர்கள் வருமாறு:

சீர் நிறைந்த தாமரைப்போற் சிறந்த விழிநோக்கும்
பார் நிறைந்த கீர்த்திப் பரப்பை விரித்தோரே
கார் நிறைந்த கையாற் கவிஞர்க்குதவுஞ் செல்வப்
பேர் நிறைந்த சித்திலெப்பை பெற்றெடுத்த இரத்தினமே

நல்லவர்க்கும் பொல்லார்க்கும் நாரியர்க்குஞ் சீரியர்க்கும்
பல்லவர்க்கும் மொன்றாக பகர் வாக்கியத்தோரே

எல்லவர்க்கும் நல்லரென வினித்த புகழார்ந்த கல்வி
வல்லவர்க்குஞ் சொல்லரிய மரியாதையுள்ளோரே

மர்தியாக்கள் 'லயத்'துடன் பாடப்பட்டன. சடங்கு சார்ந்த பாடல் களுக்கு 'லயம்' அவசியமானதாகக் கொள்ளப்பட்டது. கஸீதாவைவிட மர்தியாக்கள் நீளமானவை என்று கூறப்படுகின்றது. மர்தியா புகழ்ப் பாடல் என்றாலும் ஆங்கிலேய அல்லது கிரேக்க மொழி துதிப் பாடல்களிலிருந்து இது வேறுபட்டதென்றும் ஆய்வாளர்கள் விளக்கி யுள்ளனர். துறை சார்ந்த பெண்களே இப்பாடல்களைப் பாடினர். தாய், சகோதரி, மகள் போன்ற உறவுமுறை சார்ந்த பெண்கள்தாம் இப் பாடல்களில் பங்கேற்றனர். இறந்தவரின் ஆன்மா சாந்தி அடைய வேண்டுவதாகவும் இறந்தவர்களின் புகழையும், நற்பண்புகளையும் போற்றுவதாகவும் அந்த ஒப்பாரிப் பாடல்கள் அமைந்திருந்தன.

அரபு இலக்கியத்தில் கஸீதாவும் மர்தியாவும் வரலாற்றுக்கு முற்பட்டவை என்றும் இரண்டிற்கும் இடையில் சில ஒத்த தன்மைகள் இருப்பதாகவும் இவை பற்றிய ஆய்வுகள் கூறுகின்றன. பழங்குடியின் புகழ், வீரம், பெருமை என்பவற்றோடு பிரதேச செய்திகளையும் இவ்விரு வடிவங்களும் உள்ளடக்கமாகக் கொண்டிருந்தன.

மர்தியாவின் தோற்றம் பெண்களின் இரங்கல் பாடல்களுடன் தொடங்குகின்றது. இந்தப் பாடல்களில் பெண்களின் மென்மையான உணர்வுகள் வெளிப்படுத்தப்பட்டிருக்கும். புலம்பல் கீதங்களை பெண்களே அதிகம் பாடினர். அவை உணர்ச்சிமிக்கவையாக அமைந் திருந்தன. இமாம் கஸ்ஸாலி தமது 'இசைப் பாடம்' பற்றிய 'கிதாபுஸ் ஸமாஉ' எனும் நூலில் புலம்பல் பாடல் பற்றி பின்வருமாறு கூறு கின்றார்:

முடிந்துபோன நிகழ்ச்சிகளுக்காகப் பாடப்படும் புலம்பல் பாடல்கள் மனத்தில் துக்கத்தைத் தூண்டிவிட்டு அழுகையையும் மீளாத் துயரத்தையும் மனித மனங்களில் உருவாக்கிவிடுகின்றன.

கஸீதா

கஸீதா ஒரு தனித்தன்மை வாய்ந்த கவிவடிவம் எனலாம். ஆனால், தனித்தன்மையைவிட குறிப்பிட்ட நீளத்தைக் கொண்ட சீரான செய்யுள் அடிகள்தாம் ஒரு கஸீதாவைத் தீர்மானிப்பதாகக் கூறப் படுகின்றது. அவ்வகைப் பாடல்கள் அனைத்தும் இஸ்லாத்திற்கு முந்திய அரேபியாவில் கஸீதா என்றே அழைக்கப்பட்டு வந்தன. சுமார் 30 வரிகளிலிருந்து 150 வரிகள் வரை கஸீதாவின் நீளம் மதிப்பிடப் பட்டுள்ளது.

கஸீதா தனியான ஒரு மையக் கருத்தைக் கொண்டிருக்கும். பரிபாலிப்பவன் அல்லது ஆதரவளிப்பவன் பேரில் முன்வைக்கப்படும் மனுவைப் போன்றது கஸீதா. அது தர்க்கரீதியாக வளர்க்கப்பட்டு முடிவைப் பெறும். கஸீதாவில் விடயங்கள் ஒவ்வொரு கட்டமாக எடுத்துக் கூறப்பட்டிருக்கும். பொதுவாக 'நாஸிப்' உடன் கஸீதா தொடங்குகிறது. பாலுணர்ச்சி சார்ந்த முன்னுரை போல் அது அமைந் திருக்கும். 'நாஸிப்' கட்டம் முடிவடைந்த பின்னர் கவிஞர் தனது பயணத்தைப் பற்றிப் பாடுகிறார். இதை முடித்த பின்னர் அவர் பேச விரும்பிய அடிப்படையான நோக்கத்தைக் கூற முற்படுகின்றார். ஒன்றில் அவர் பெருமை பேசுகிறார் அல்லது துதி *(மாதிஹ்)* பாடுகிறார். தனக்கு ஆதரவளிக்கும், பாதுகாப்பளிக்கும் பழங்குடியின் அல்லது பழங்குடித் தலைவர்களின் பெருமைகளைப் புகழ்ந்துரைக்கின்றார்.

அரபு இலக்கிய ஆய்வாளரான ஈரானைச் சேர்ந்த இப்னு குத்தைப்பா (பொஆ 828-885) *கித்தாப் அல்ஷிர்வா அல்சுஹாறா* என்ற நூலில் அரபுக் கஸீதாவின் மூன்று பிரிவுகளைப் பின்வருமாறு குறிப்பிடுகிறார்:

1. முதல் பகுதியில் 'நாஸிப்'. வீடு திரும்ப வேண்டும் என்ற எண்ணத்தைக் கவிஞர் வெளிப்படுத்துகின்றார். காதலன் ஒருவன் காரவன் பயணத்தில் தனது காதலி வாழ்ந்த கூடாரத்தை அடையும் போது காதலியின் பழங்குடியினர் அங்கிருந்து வேறொரு நீர்ச்சுனையைத் தேடிச் சென்றுவிட்டனர் என்பதைத் துயரத்துடன் எண்ணிப் பார்க்கின்றான்.

2. 'நாஸிப்' என்ற வீடு திரும்பும் பிரிவுத்துயரிலிருந்து மாறிப் பயணப் பகுதிக்குள் கவிஞன் நுழைகின்றான். அது 'ராஹில்' என்று கூறப்படும். பழங்குடியைப் பிரிந்திருப்பதால் எழும் துயர் இங்கு பேசப்படுகிறது.

3. மூன்றாம் பகுதி, பாடல் கூறும் செய்தியாகும். அது பல வடிவங் களாக அமையும். பழங்குடியின் பெருமை பேசுதல், ஏனைய பழங்குடிகளைக் கிண்டல் செய்தல் அல்லது ஒழுக்கப் புத்தி மதிகள் கூறுதல் இதில் இடம்பெறுகின்றன.

இஸ்லாத்திற்கு முன்னர் எழுதப்பட்ட இம்ரஉல் கைஸின் முஅலாக்காத் மிகவும் புகழ்பெற்ற கவிதையாகும். தொன்மை அரபு இலக்கியத்தின் முக்கிய படைப்பாக முஅலாக்காத் போற்றப்படுகிறது. தெரிவு செய்யப் பட்ட ஏழு முஅலாக்காத் கவிதைகள் பொஆ 6ஆம் நூற்றாண்டு ரபு இலக்கியத்தைச் சிறப்பாகப் பிரதிபலிக்கும் படைப்புகளாகும். இப்பாடல்கள் தங்க மையினால் எழுதப்பட்டு எல்லோரும் அறியக் கூடியதாக கஅபாவின் சுவர்களில் தொங்கவிடப்பட்டன. இவ்வாறு

தொங்கவிடப்பட்ட கவிதைகளில் இம்ரஉல் கைஸின் கவிதையும் ஒன்று.

இம்ரஉல் கைஸ்தான் முஅலாக்காத் பாடல்களின் தந்தை என்பது பொதுவான கருத்து. ஆயினும், அவருக்கு முன்னர் வாழ்ந்த சில கவிஞர்களின் தாக்கங்களிலிருந்தே இம்ரஉல் கைஸின் கவிதை முயற்சிகள் தொடங்கியதாகக் கூறப்படுகிறது. கைஸ் இப்னு ஜனப் அல்கல்பி, அம்ர் இப்னு காபிய்யா, அபூது ஆ அல்லியாதி ஆகிய புகழ்பெற்ற மூன்று கவிஞர்களின் செல்வாக்குப் பற்றி தொன்மை அரபு இலக்கிய வரலாறு சில செய்திகளை முன்வைத்துள்ளது. இம்ரஉல் கைஸின் ஒரு பாடல் பாலைவனத்தில் அழிந்து கிடக்கும் அவரது காதலியின் கூடாரத்தையும் காதலியின் பிரிவையும் கூறுவதாகத் தொடங்குகிறது. மற்றொரு பழங்குடியைச் சேர்ந்த ஹுனைஸா என்ற பெண்ணின் மீதான காதலை அப்பாடல் விவரிக்கின்றது.

முஅலாக்காத் அடிப்படையில் கஸீதாவின் 'நாஸிப்' என்ற பாகத்துடன்தான் தொடங்குகிறது. நாஸிப் காதல் உணர்வுகளை வெளிப்படுத்தும் பகுதி. அது ஓர் இசைப் பாடல். அரபு இசை மரபிற்குரிய லயம் அதில் ஒன்றுகலந்துள்ளது.

'நாஸிப்' ஒரு கெஞ்சலான காதல் பிரிவை உணர்ச்சிபூர்வமாகக் கூறினாலும், உலகியலுக்கும் ஆன்மிகத்திற்கும் இடையிலான மங்கலான ஓர் இடைவெளியை அந்தப் பாடல்கள் பிரதிபலிப்பதாகக் கூறப்படுகிறது. இம்ரஉல் கைஸ் உலகக் காதலையே பாடியுள்ள போதும் அந்தப் பாடல்களில் மெல்லிய ஆன்மிக வர்ணம் புலனாகின்றது என்பது ஆய்வாளர் சிலரின் கருத்தாகும்.

அழகிற்கான பெண் கடவுள் அல்உஸ்ஸா அப்பாடலில் நினைவு படுத்தப்படுகிறது. கவிதையின் தொடக்க வரிகளில் இடம்பெறும் இத் தெய்வீக அறிமுகம் பாடலுக்கான இறைகாப்புப் போன்றது என்பது சிலரின் கருத்து. ஆயினும் இம்ரஉல் கைஸின் பாடல்கள் உலகியல் காதல் பற்றியவை என்பதுதான் பொதுவான கருத்தாகும். ஒரு காலத்தில் கூடாரத்தின் அருகில் சந்தித்துப் பழகிய பெண்ணை (காதலியைப்) பிரியும் துயரம் பற்றியதாக அவரது பாடல் அமைந்துள்ளது. அப்பிரிவை இம்ரஉல் கைஸ் பின்வருமாறு கூறுகிறார்:

> நண்பர்களே! பயணத்தைச் சற்று நிறுத்துங்கள்
> எனது காதலியை நினைத்து நான் அழுவதற்காக
> நண்பர்களே! பயணத்தைச் சற்றுத் தாமதியுங்கள்
> சுட்டெரிக்கும் இந்தப் பாலைவனத்தின் ஒரு கோடியில்
> அவள் வாழ்ந்த அந்தக் கூடாரம் இருந்தது.

காற்றும் புயலும் குதியாட்டம் போட்ட
ஒரு புயல் நாளின் போது
அவள் வாழ்ந்திருந்த கூடாரங்கள்
சரிந்துகிடந்ததைக் கண்டேன்.

பொது உரையில் தொடங்கிப் பின்னர் கஸீதா, பொது துதிப் பாடல்களாய் எழுதப்பட்டிருக்கலாம் என்று கருதப்படுகிறது. ஒருவரை அல்லது ஒரு பொருளை உயர்வாகப் புகழ்ந்து பாடுதல், பொதுச் சபைக்கு ஏற்ற உரை என்று கிரேக்கர்கள் துதிப் பாடல்களுக்குப் பொருள் கூறினர். தேசிய கொண்டாட்டங்களின் போதும், விளை யாட்டுகளின் போதும் கிரேக்கத்தில் இத்தகையப் புகழ் உரைகள் இடம்பெற்றன.

கஸல் - தோற்றம்

இழப்பின் அல்லது பிரிவின் வேதனையை கஸல் வெளிப்படுத்துகிறது. இந்த வடிவமும் தொன்மையானதுதான். அரபுத் துதிப்பாடலான கஸீதாவில் இருந்துதான் கஸல் தோன்றியுள்ளது என்று கருதுவோரும் உள்ளனர். அதேவேளை இதன் மற்றொரு வளர்ச்சியாக இந்திய-பாரசீக-அரபு நாகரிகம் கிழக்கு இஸ்லாமிய உலகத்திற்கு வழங்கிய கலைமரபுதான் கஸல் என்றும் கூறலாம். இஸ்லாமிய ஆட்சியினாலும் சூஃபிக்களின் செல்வாக்கினாலும் 11, 12ஆம் நூற்றாண்டுகளில் தென் ஆசியாவில் கஸல் பரவியது. கஸல் அரபு, முஸ்லிம் உலகின் முதன்மையான கவிதை வடிவமாகும். கஸலின் முன்னோடிகளும் பிதாமகர்களும் என ரூமி (13ஆம் நூற்றாண்டு), ஹாபிஸ் (14ஆம் நூற்றாண்டு), மிர்ஸா காலிப் (19ஆம் நூற்றாண்டு), அல்லாமா இக்பால் (20ஆம் நூற்றாண்டு) போன்றோரைக் குறிப்பிடலாம்.

இஸ்லாத்திற்கு முந்தைய அரேபியாவில் கஸீதா, கஸலைவிட முக்கிய கவிதை வடிவமாக இருந்தது. குறிப்பாகத் துதிப்பாடல் கஸீதாவிற்கு அதிக முக்கியத்துவம் தரப்பட்டது. பிற்பட்ட காலத்தில் அல்லது இஸ்லாமிய ஆட்சி தோன்றியதற்குப் பின்னர் கஸீதாவைவிட கஸல் முக்கிய இடத்தைப் பெறத் தொடங்கியது.

எல்லா அரபுக் கவிதை வடிவங்களிலும் கஸீதாவும் கஸலுமே அதிக செல்வாக்கும், செழுமையும், நீடித்த வரலாறும் கொண்டவையாகக் காணப்பட்டன. அதிலும் கஸல் பாடலின் செல்வாக்கும் புகழும் அனைத்து வடிவங்களை விடவும் அதிகமானவை. பெரும்பாலும் பாரசீக வடிவம் என்று அறியப்பட்டுள்ள கஸலின் தோற்றமும் வளர்ச்சியும் அரபு மண்ணிற்குரியதாகும். அரபுக் கஸீதாவின் அழகிய

பாகமான நாஸிப்புடன் கஸலின் தோற்றத்தை இலக்கிய விமர் சகர்கள் தொடர்புபடுத்துகின்றனர்.

தொடக்க கால கவிதைப் பிரிவில் கஸல் காதல் பாடலாக மட்டும் இருக்கவில்லை. பின்னர்தான் கஸல் ஒரு முக்கிய பாடல் மரபாகவும் அக உணர்ச்சிப் பாடலாகவும் வளர்ச்சி பெற்றது. கவிஞர் எந்தப் பொருளைப் பற்றிப் பாட விரும்புகிறாரோ அதன் புகழைப் பாடுதல் அன்றையப் பொது மரபாகும். இப்னு குத்தைபா (இற. 889)வின் கஸீதாக்கள் தாய்மண்ணைப் புகழும் பாடல்களாகவும், பழைமை யைப் போற்றும் பாடல்களாகவும் இருந்துள்ளன. கஸீதா அமைப்பிற் கேற்ப கவிஞர் தமது துக்கத்தையும், ஏக்கத்தையும், மண்ணையும் பாடுகின்றார். தமது பயணங்களைப் பற்றிக் குறிப்பிடுகின்றார். அதன் பின்னர் நாஸிப்பிற்கு வருகின்றார். தமது உணர்ச்சியின் வேகத்தையும் பிரிவாற்றாமையின் கொடூரத்தையும் பாடுகின்றார். தமது காதலி மீதான உணர்வுகளை வெளியிடுகின்றார்.

அதன் பின்னர் 'மாதிஹ்' புகழ்பாடும் பகுதி தொடங்குகின்றது. தாராளத்தன்மை, ஆதரவு பற்றிய விடயங்களைக் கவிஞர்கள் முன் வைத்தனர். தமது நண்பர்கள் மீதிருக்கும் ஆழ்ந்த அன்பையும் கவிஞர்கள் வெளிப்படுத்தினர். நல்ல கவிஞர்கள் கஸீதாவின் ஒவ்வொரு பாகத் திற்கும் சமமான முக்கியத்துவத்தை வழங்கினர். நவீன ஆய்வாளர் ஹயாத் ஜாஸிம், அரபு நாடோடி வாழ்வின் பின்னணியில் கவிஞருக்கும் கேட்பவர்களுக்கும் இடையிலான முக்கிய தொடர்பை நிரப்புவது 'நாஸிப்' என்று கூறுகிறார்.

காதல் என்பது ஒரு வகையில் அழகு பற்றிய மன எழுச்சியாகும். அது மக்கள் அனைவரின் உள்ளங்களிலும் இழையோடும் உணர்வு. இளைஞர், முதியவர் எல்லோருக்கும் அவர்களின் மனவல்லமைக்கும் மனநிறைவுக்கும் அது வழிவகுக்கின்றது. மரணத்தை எந்த நேரத்திலும் எதிர்பார்த்தவாறு பல்வேறு கஷ்டங்களைச் சுமந்தவர்களாக வாழ்க்கைப் போராட்டத்தில் ஈடுபட்டிருந்த தொன்மை அரேபியர் அதன் பயனை எவ்வாறு கைவிடுவார்கள். எது வாழ்க்கையில் நல்லதாக அமைகிறதோ அதைத்தான் அன்பு பிரதிநிதித்துவம் செய்கின்றது. மகிழ்ச்சிக்கும் வளர்ச்சிக்குமான தூண்டுதல்களையும் அன்பு மனிதருக்கு வழங்கு கிறது. பிரிவும் ஏக்கமும், கண்ணீரும் கவலையும் இனிமையான துன்பத்தையும், இனிமையான வலியையும் தரக்கூடியன. இஸ்லாத் திற்கு முந்திய 'நாஸிப்' அரபு நாடோடி வாழ்வின் உணர்ச்சித் தூண்டல் மிக்க ஓர் உண்மைக் காட்சியைக் கவிதையாக உலகிற்கு விவரிக்கிறது.

இம்மரபு அண்மைக் கிழக்கு நாடுகளின் தொன்மங்களையும் கவிதைக் கலையையும் உள்வாங்கி வளர்ச்சி பெற்றுள்ளது என்று ஜொரஸ் லோவ் நெக்கோவிச் என்பவரின் ஆய்வுகள் குறிப்பிடுகின்றன.

பாரசீகக் கஸல்

அப்பாஸியர் கால அரபுக் கவிதைகளின் அளவுகளையும் பாரசீகக் கவிதைக் கட்டமைப்புகளையும் பாரசீக மொழி உட்படுத்தியது. உண்மையில் பாரசீக மொழியில் முதலில் தோன்றிய கஸல்கள் அரபு கஸல்களாகும். கஸல் வகைகளை மட்டுமன்றி பாரசீகர் அரபு மொழியில் புகழ் பெற்ற துதிப்பாடல் போன்ற வடிவங்களையும் கையாண்டனர். ஈரானின் முதல் கவிஞராக வர்ணிக்கப்படும் அப்துல்லா ஜாப்பர் ருதாக்கி (பொஆ 859-941) கஸல் பாடல்களை இயற்றிய புகழ்பெற்ற கவிஞராவார்.

தொன்மை அரேபியாவிலும் பாரசீகத்திலும் நாடோடிகள் கவிதைகளை உரையாடல்களாகப் பயன்படுத்தியுள்ளனர். எத்தனையோ பாடல் வடிவங்களில் பழங்குடிகளின் பங்கேற்கும் பண்பு பொதுவாக இருந்துள்ளது. அரபுப் பண்பாட்டில் பொதுவீதிகளில் கதை கூறுவதையும் போட்டியில் வெற்றி பெறும் ரோஷத்துடன் வீதிகளில் கவி பாடுவதையும் இன்றும் காணலாம் என்ற செய்தியும் இங்கு நினைவு கூரத்தக்கது.

பிரிவுத்துயர் கூறும் கவிதைகளையும் காதல் கவிதைகளையும் கவிஞர்கள் அதிகமாகப் பாடினர். பெரும்பாலான கவிதைகள் பிரிவுத் துயருடன்தான் தொடங்குகின்றன. 'நாஸிப்' முக்கிய கருப்பொருளாக இருந்தது. கவிஞன் தனது பிரிவுத் துயரை வெளிப்படுத்துதல், காதலி வாழ்ந்த இடத்தின் அழிபாடுகள், பழைய இடிபாடுகளின் மத்தியில் நின்று பிரிவுத் துயரை வெளியிடுதல் என்பதாக இந்தக் கவிதைகள் அமைந்திருந்தன.

இஸ்லாமிய ஆட்சிக் காலத்தில் இஸ்லாத்திற்கு முற்பட்ட கவிதைகள் சமய, ஒழுக்கவிதிகளுக்கு ஏற்புடையன அல்ல என்று கருதப்பட்டது. அதனால் பழைய கவிதைகளின் தொடர்ச்சியில் பல தடைகள் ஏற்பட்டன. ஆயினும், கவிதைகள் அடக்கி ஒடுக்கப்படவில்லை. பழைய கவிஞர்கள் பலர் இஸ்லாத்தைத் தழுவினர். இஸ்லாத்தைப் புகழ்ந்து பாடும் கவிதை மரபின் வளர்ச்சிக்கு இவர்கள் உறுதுணையாக இருந்தனர்.

கையான் இப்னு உக்காபா (பொஆ 697-735) கடைசி நாடோடி அரபுப் புலவராகக் கருதப்படுகின்றார். அவர் இஸ்லாத்திற்கு முற்பட்ட

மரபுகளைப் பின்பற்றிப் பல பாடல்களை இயற்றினார். அவருடைய மிக அதிகமான கவிதைகள் பாலைவன வாழ்க்கையைப் பிரதி பலிப்பவையாகும். இந்த வகை கருப்பொருள்களும் மரபுகளும் தொடர்ந்து பின்பற்றப்பட்ட போதும் நவீன நகர்ப்புறக் கவிதைகளின் தோற்றத்திற்கும் இவை ஆதாரமாக விளங்கின. அரசவைக் கவிஞர்கள் தோற்றம் பெறுவதை உமையாக்களின் ஆட்சிக் காலத்தில் அவதானிக்க முடிகிறது. செல்வ வளமும், நிலையாகத் தங்கி வாழும் நகர்ப்புற வசதிகளும், ஆடம்பர வாழ்வும் அரசவையில் கஸல் வகைக் கவிதை களுக்கு அதிக வாய்ப்பை வழங்கின.

இஸ்லாமியக் காலப்பகுதியில் குறிப்பாக 7ஆம் நூற்றாண்டுக் (பொஆ 622-661) காலப்பகுதியில் கவிதைப் பயிற்சியில் குறிப்பிடத் தக்க மாற்றங்கள் நிகழ்ந்தன. பழைய மரபு ஓரளவு அதே விதமாகத் தொடர்ந்து வந்ததாகக் கூறப்படுகின்றது. கஸல் இன்னும் முக்கிய பாடல் வகையாக வளர்ச்சி பெற்றிருக்கவில்லை. உமையாக்களின் ஆட்சிக் காலத்தில்தான் கஸல் (பொஆ 661-750) முக்கிய கவிதைப் பிரிவாக வளர்ச்சி பெற்றது. அப்பாஸியர் காலத்திலும் இதன் தாக்கம் நீடித்தது.

கஸல் சுதந்திரமான, தனித்துவமான கவிதைப் பிரிவாகத் தனக் கென்ற அடையாளத்தைப் பெற்றுக் கொண்ட காலப்பிரிவு இதுவாகும். முஆவியாவின் காலத்தைத் தொடர்ந்து உமையாக்களின் ஆட்சிக் காலம் தொடங்குகிறது. கவிதைகள் மீது முன்னர் விதிக்கப்பட்டிருந்த கட்டுப்பாடுகள் உமையாக்கள் காலப்பிரிவில் தளர்த்தப்பட்டன. கவிதைகளுக்கான பொற்காலத்தின் தோற்றம் என்று வரலாறு இந்தக் காலப்பகுதியை வர்ணிக்கிறது.

உமையா ஆட்சியாளர்கள் கவிதையை உண்மையாகப் பாராட்டு பவர்களாகவும் கவிஞர்களை ஆதரிப்பதில் மிகவும் தாராளத்தன்மை யுடனும் விளங்கினர். உமையா கலீஃபாக்களும், அவர்களின் ஆளுநர் களும் வேறு எந்த வடிவங்களைவிடவும் கஸல் பாடலை மிகவும் விரும்பினர். கஸலின் இனிய ராகமும் அக உணர்ச்சியைத் தூண்டும் அதன் கவித்துவ அழகும் அவர்களைப் பெரிதும் கவர்ந்தன.

உணர்ச்சிச் செறிவும் உணர்ச்சி வெளிப்பாடும் கஸல் பாடல்களின் உயர்ந்த பண்புகளாகும். கஸல் கவிஞர்களை சமூகம் பாதுகாத்ததோடு ஆட்சியாளர்களும் அவர்களை ஆதரித்தனர். உமையாக்களின் காலத்தில் காதலையும் காதல் பிரிவையுமே கஸல் கருப்பொருளாகக் கொண்டிருந்தது. கஸீதாவிற்குரிய வழக்கமான பாடல் வரிகளும் அமைப்பும் அதே விதமாகவே இருந்தன. பல மொழிகளுக்கும் பல

பண்பாடுகளுக்கும் கஸல் பரவிச்சென்ற போதும் இந்த இரு அடிப் படைகளிலும் எந்த மாற்றமும் ஏற்படவில்லை.

உமையாக்களின் காலப்பிரிவில் உயர் வகுப்பினர்களும் நகர்ப்புற மக்களும் பொழுதுபோக்கை விரும்பினர். இசையும் பாடலும் பொழுதுபோக்கின் முதன்மையான தேவைகளைப் பூர்த்தி செய்தன. இசையுடன் கஸல் இணைந்திருந்ததால் கஸல் பாடல்களை மக்கள் ஆர்வத்துடன் வரவேற்றனர். பின்னர் புதிய தேவைகளுக்கும் ரசனைக்கும் ஏற்ப கஸலிலும் மாற்றங்கள் நிகழ்ந்தன.

மெல்லிசைப் பொழுதுபோக்கிற்கு உகந்த இசை வடிவமாகக் கஸல் இனங்காணப்பட்டது. முன்னர் கஸீதாக்கள் போல் நீண்ட பாடல் களாக இருந்த கஸல்கள் இப்போது குறைந்த வரிகளுடன் பாடப் பட்டன. பிரிவுத் துயரையும் வீடுவாசல்களைப் பிரிந்து செல்வதால் ஏற்படும் வேதனையையும் பேசிய கஸல் காதல் உணர்வையும் சிருங்கார ரஸத்தையும் மிக உயர்ந்த அழகுபடுத்தப்பட்ட பாடல் வரிகளில் மக்களிடம் கொண்டு சென்றது.

4

இஸ்லாமிய ஆட்சியில் கஸல்

கஸலின் பொருள்

இஸ்லாத்திற்கு முந்திய அரபுக் கவிதைகளில் கஸலுக்கு அதிகச் சிறப்பு எதுவும் இருக்கவில்லை. அது கஸீதாவின் செல்வாக்கு ஓங்கியிருந்த காலப் பிரிவாகும். கஸல் முக்கிய பாடல் வகையாக இடம்பெறாத போதும் கஸலுக்கான கருவை கஸீதா தன்னுள் சுமந்திருந்தது. கஸீதாவின் மூன்று அல்லது நான்கு பாகங்களில் முன்னர் குறிப்பிட்டது போல 'நாஸிப்' கஸல் உருவாவதற்கான முக்கிய அடிப்படையாக இருந்தது குறிப்பிடத்தக்கதாகும்.

கஸல் என்ற சொல்லின் பொதுப் பொருள் 'காதல் இரங்கற் பா' என்பதாகும். கஸல் என்ற சொல் ஐயத்திற்கு இடமின்றி அரபு மூலத்தையே குறிக்கின்றது என்பர். ஆயினும், தற்போதைய பொருளில் அது அரபு இலக்கியத்தில் பயன்படுத்தப்படுவதைப் பிற்காலத்தில் தான் பார்க்க முடிகின்றது. கஸல் என்ற சொல்லை அரபுக் கவிஞர்கள் மிகத் தொன்மையான காலத்திலிருந்தே பயன்படுத்தி வந்துள்ளனர். அப்போது அதன் பொருள் 'அவா'வையும் 'காதல் உணர்வை'யும் உள்ளடக்கியிருந்தது. எனினும் உமையாக்கள் ஆட்சிக் காலத்திற்கு முன்னர் கஸல் என்ற சொல் மிகக் குறைவாகவே பயன்படுத்தப்பட்டு வந்துள்ளதாகக் கூறப்படுகின்றது. (பார்க்க: ரைஸ் ஃபாத்திமா, 1995)

தொடக்க கால இஸ்லாமிய யுகத்தில் (பொ.ஆ 622-661) கஸல் இனங் காணப்பட்டதாக இருந்தாலும் கஸல் உமையாக்கள் காலத்தில் தான் ஒரு பாடல் வகையாக அதன் முக்கியத்துவத்தைப் பெற்றது. இஸ்லாத்திற்கு முற்பட்ட காலத்தில் குறுங்கவிதைகள் மிகவும் புகழ் பெற்று விளங்கின. அவை பெரும்பாலும் அரசியல், சமய, உலகியல் நோக்கங்களைக் கூறுவனவாக இருந்தன. ஆயினும் குறுகிய கவிதை வகைகளில் கஸலுக்கு ஒரு சிறப்பிடம் தரப்படவில்லை. உமையாக்களின் ஆட்சிக் காலத்தில்தான் (பொ.ஆ 661-750) கஸல் சிறப்புப் பெற்ற

கவிதை மரபாக வளர்ச்சி கண்டது. ஒழுங்குபடுத்தப்பட்ட விதத்தில் அரசவையிலும் பொதுமக்களிடத்திலும் இந்த இசையின் செல்வாக்கை இக்காலப் பகுதியில் அவதானிக்க முடிகின்றது.

இவ்வகையான கஸல்களை உமையாக்கள் காலத்தில் மக்கள் பரந்தளவில் பயன்படுத்தினர். காதல் பாடல்கள் அரபு இலக்கியத்தைச் செழுமைப்படுத்தின. காதல் கவிதைகள் பொது மக்களையும் அறிஞர் களையும் ஒரே நேரத்தில் கவர்ந்தன. பல வகையான காதல் புனைவுக் கதைகளும் இக்காலத்தில் கவிதைகளாகப் பாடப்பட்டு வந்துள்ளன. *(பார்க்க: மேலது)*

கஸல் கவிதைக்கான பொருளையும் அதன் முதன்மைக் கூறு களையும் ரய்ஸ் பாத்திமா *(1995)* பின்வருமாறு விவரிக்கின்றார்:

> 'காதலியுடன் அளவளாவுதலும் காதலித்தலும்' கஸலின் பொருளாகும். கஸலுக்கான இந்தப் பொருளை நாம் பகுப்பாய்வு செய்தால் இப்பாடல் வகை மூன்று முதன்மைக் கூறுகளைப் பெற்றிருப்பது தெரியவரும். (i) காதலிக்கின்ற, பேசுகின்ற காதலன். (ii) அவருடைய பேச்சைக் கேட்டு அவரது காதலுக்குப் பதிலளித்தல். (iii) அந்த உரையாடல் இருவருக்கிடையில் நடப்பதும் அவ்விருவருக்கிடையிலான காதலும்.

இந்த மூன்று கூறுகளுக்குமிடையிலான தொடர்புகள் பொருத்தமாக அமையும் போது அங்கு கஸல் (கவிதை) உருவாகின்றது. *(பார்க்க: மேலது)*

அன்றைய அரேபியாவில் இவ்விதமான சந்திப்புகளுக்கு அதிக அளவில் சுதந்திரம் இருந்தது. மேலும், அரபிகள் உல்லாசத்திலும் இன்பத்திலும் பெரும் நாட்டங் கொண்டவர்களாக விளங்கினர். அவர் களுடைய வாழ்க்கைச் சூழல் அவ்வாறு அமைந்திருந்தது. ஆண்களும் பெண்களும் சந்திப்பதற்கும் உரையாடுவதற்கும் அந்தச் சமூகத்தில் எவ்விதத் தடைகளும் இருக்கவில்லை. அது ஒரு குற்றத்திற்குரிய செயல் என்றும் அவர்கள் எண்ணவில்லை. *(பார்க்க: மேலது)*

கவிஞர்கள் கஸல் பாடல்களை அக உணர்வுகள் பேசும் அழகிய ஓவியங்கள் போல் வார்த்துத் தந்தனர். இது கஸலுக்குத் தரப்படும் தனித்துவமான பெறுமானம் ஆகும். கஸல், அதைப் பாடுபவனின் மென் உணர்வுகளையும் காதல் ஏக்கங்களையும் ஆத்மார்த்தமான மனித உணர்வுகளுடன் ஒன்றிணைத்தது. காதலின் நேர்மையைக் கலைத்துவமாக முன்வைத்ததிலேயே கஸலின் பெருமை அடங்கி யுள்ளது. பாடுபவனின் உண்மையான மன உணர்வுகளை அது கேட்பவனின் மனதிற்குக் கொண்டு செல்கின்றது. கஸலின் மென் உணர்வுகள் பற்றிய விவரங்களைக் கஸல் விமர்சகர்கள் இவ்வாறுதான் விளக்குகின்றனர்.

அரபிகள் கஸலை நேசித்தனர். தொடக்க காலத்திலிருந்தே கஸல் அவர்களின் மனதைக் கவர்ந்த பாடல் வகையாக இருந்தது. உமையாக்கள் ஆட்சிக் காலத்திலும், அதன் பின்னரும், அரசின் ஆதரவு கிடைக்காத காலப் பகுதியிலும் கஸல் கவிஞர்கள் தொடர்ந்து கஸல்களை இயற்றுவதில் ஆர்வமாக இருந்தனர். அதே போல் கஸல் கவிஞர்களுக்கு மக்களிடத்திலும் நல்ல வரவேற்பு இருந்தது.

பண்டைய அரேபியாவில் 'இலக்கியப் பெருங்காட்சிகள்' நடப்பது வழக்கம். பல்வேறு சந்தை கூடும் இடங்களில் அப்பெருங் காட்சிகளும் இடம்பெற்றன. இவை ஆண்டுதோறும் நடைபெற்று வந்த நிகழ்ச்சி களாகும். இவ்விலக்கியப் பெருங்காட்சிகள் 'அஸ்வாக்' என அழைக்கப் பட்டன. அதன் பொருள் சந்தை என்பதாகும். இஸ்லாத்தின் தோற்றத் திற்கு முன்னர் சந்தைகள் கூடுவது அரேபியாவில் பெரு வழக்காக இருந்தன. ஆனால், அஸ்வாக் அல்அரப் என்பது வணிகப் போட்டி யுடன் இலக்கியப் போட்டிகளும் இடம் பெற்றதையே நமக்குக் கூறுகின்றது.

கவிஞர்களும் பாடகர்களும் இப்பெருங்காட்சி மன்றங்களில் தமது திறமைகளை வெளிப்படுத்தினர். பேச்சாளர்கள் அங்கு மக்கள் முன் உரையாற்றினர். இவற்றைக் கண்டுகளிப்பதற்காகப் பெருங்கூட்ட மாக ஆண்களும் பெண்களும் இக்காட்சிகளில் ஒன்றுசேர்ந்தனர். அல்உக்காஸ், துஹால் மஜாஸ் போன்ற சந்தை – இலக்கியப் பெருங் காட்சிகள் இஸ்லாத்தின் தோற்றத்திற்குப் பின்னரும் தொடர்ந்து நீடித்தன. ஹிஜ்ரி 129ஆம் ஆண்டு வரையும் உக்காஸ் இலக்கியப் பெருங்காட்சிகள் நடைபெற்றதாக வரலாற்றுப் பதிவுகள் கூறுகின்றன. (பார்க்க: மேலது)

சிறப்புக் கொண்டாட்டங்களாக நடைபெற்ற இந்த இலக்கியப் பெருங்காட்சிகளில் கவிஞர்கள் ஒன்றுகூடி போட்டிப் பாடல்கள் இயற்றினர். இப்போட்டிகளில் பெண் கவிஞர்களும் கலந்துகொண் டனர். உக்காஸ் சந்தையில் பாடியவர்களில் அல்கஹான்ஸா என்ற பெண் கவிஞரும் ஒருவர். கஸல் கவிதைகளும் இசையும் வளர்வதற்கு இந்தச் சந்தை இலக்கியப் போட்டிகளும் பெரும் பங்காற்றியுள்ளன.

உமையாக்கள் காலத்தில் பஸரா நகரில் அல்மிர்பாட் சந்தை இவ்வாறு இலக்கியப் பெருங்காட்சி நடக்கும் சந்தைகளில் ஒன்றாகும். இஸ்லாத்திற்கு முற்பட்ட அல்உக்காஸ் சந்தையுடன் பஸராவின் அல்மிர்பாட் சந்தை ஒப்பிடப்படுகின்றது. அல்மிர்பாட் சந்தை பாரசீக வளைகுடாவிற்கு அருகில் இருந்ததால் அரபி அல்லாதவர்களும் பாரசீகர்களும் அங்கு ஒன்றுகூடினர். பழங்குடி மக்களும் அல்மிர்பாட்

சந்தை நிகழ்வுகளில் பங்கேற்றனர். கூஃபா நகரிலும் இவ்வாறான சந்தை நிகழ்வுகள் நடைபெற்றுள்ளன. சந்தை கூடும் இடங்களிலும், ஆண்டு விழாக்களிலும், இலக்கியச் சந்திப்புகளிலும் கவிதைப் போட்டிகள் நடைபெறுவது உமையாக்கள் காலத்தின் முக்கிய கலைநிகழ்வுகள் ஆகும். மேலும், அவர்கள் காலம் இவ்வகை கலை இலக்கியச் செயற்பாடுகளுக்கு ஒரு சிறப்பான காலப்பிரிவாக விளங்கி வந்துள்ளது.

இஸ்லாத்திற்கு முற்பட்ட கால சந்தைப் பெருங்காட்சிகளில் அதிக அளவில் பழங்குடி மக்கள் கலந்துகொண்டனர். அதன் ஒரு தொடர்ச்சி யாகவே உமையாக்கள் காலத்தில் சந்தை இலக்கிய ஒன்றுகூடல்களும் அமைந்திருந்தன. எனினும், உமையாக்கள் காலம் பல்வேறு வகைகளில் அறிவுரீதியான வளர்ச்சியைப் பெற்றிருந்த காலமாகும். செல்வந்தர் களும், கல்வி கற்றவர்களும், படிப்பறிவுள்ளவர்களும், இலக்கியப் படைப்பாளிகளும், அடிமைகளும் இந்த இலக்கியப் பெருங்காட்சி களில் ஒன்றுகூடினர். இச்சந்தை இலக்கியப் பெருங்காட்சிகளில் பாடல் போட்டிகள் நடைபெற்றதோடு இலக்கிய உரையாடலும் உரைகளும் இடம்பெற்றன. இங்குக் கூறப்பட்ட காதல் கதைகளையும் சாகசக் கதைகளையும் மக்கள் கேட்டு ரசித்தனர்.

உமையாக்கள் காலம்

உமையாக்கள் கால கலீஃபாக்களில் ஒருவரான முதலாம் முஆவியா (பொஆ 661-680) இலக்கிய, கலைத் துறை விருப்பங்களை வெளிப் படுத்தி வந்துள்ளார். அறிவியல் துறையில் ஆர்வமுள்ளவர்களுக்கும் கவிஞர்களுக்கும் அவர் ஆதரவளித்தார். அவர் வழங்கிய இந்த ஊக்கம் காரணமாகக் கிரேக்கத் தீவுகளிலிருந்தும் அதன் மாகாணங்களில் இருந்தும் கிரேக்க விஞ்ஞானங்கள் அரபிகளின் வரவேற்பைப் பெறத் தொடங்கின. (பார்க்க: எச்.ஜி. ஃபார்மர், 1994)

முதலாம் முஆவியா, அப்துல் மாலிக் (பொஆ 685-705), இரண்டாம் உமர் போன்ற ஆட்சியாளர்கள் இசைக்கும் கலைகளுக்கும் பேராதரவு அளித்தனர். குறிப்பாக அப்துல் மாலிக் கல்விக்கும் இசைக்கும் பொதுவான ஆதரவை வழங்கி வந்துள்ளார். இப்னு மிஸ்ஜா, பூதைஹ் அல்மாலிக் போன்ற அரபு வரலாற்றில் சிறப்புப் பெற்ற இசைக் கலைஞர்கள் இந்தக் காலத்தைச் சேர்ந்தவர்கள்தாம். மன்னர் மாலிக் இவர்களுக்குத் தமது ஆதரவை வழங்கினார்.

மேற்குறிப்பிட்ட கலீஃபாக்கள் தமது காலத்தில் பாடகர்களையும் வாத்தியக் கலைஞர்களையும் பெரிதும் கௌரவித்து மகிழ்வித்தனர்.

உண்மையில் ஆட்சியாளர்கள் இசைக்கு முக்கியத்துவம் வழங்கியதில் அவர்களுக்கென்ற சில தேவைகளும் உள்ளடங்கி இருந்தன. அரசவைக் கவிஞர்கள் இசைக்காக உருவாக்கும் இரங்கல் கருத்துகளையும் நகைச்சுவைக் கருத்துகளையும் பாடல்களாகத் தருபவர்கள் பாடகர்களே. அவற்றை வெளியுலகத்திற்கு கொண்டு வருபவர்களும் அவர்களே. அதாவது பாடகர்கள் மூலமாக இச்செய்திகள் மக்களைச் சென்றடைந்தன. அந்த வகையில் பாடகர்களும் கவிஞர்களும்தாம் அக்காலத்தின் ஊடகவியலாளர்களாகவும் இருந்தனர்.

பாடகர்கள் நகரத்திற்கு நகரம் பழங்குடிகள் வாழும் முகாம்களுக்கு முகாம் சுற்றித் திரிந்து தமது பாடல்களை மக்கள் முன்பாக பாடிக் காட்டினர். காரவன்களோடு சேர்ந்தும் இந்தப் பாடகர்கள் பயணித்தனர். இந்தப் பாடலும் இசையும் அரசியல்ரீதியாகவும் கலை ரீதியாகவும் முக்கியத்துவம் வாய்ந்த செயற்பாடாகவே விளங்கின எனக் கருதலாம்.

இக்காலத்தில் பாடகர்களுக்கும் இசைக் கலைஞர்களுக்கும் இருந்த செல்வாக்குக் காரணமாகப் படிப்படியாக அவர்கள் ஒரு தன்னார்வக் கலைக் குழுக்களாகத் தம்மை வடிவமைத்துக் கொண்டனர். சிறந்த இசைக் கலைஞர்கள் போதிய வாழ்க்கை வசதிகளைப் பெற்றுக் கொள்வதற்கும் அக்காலச் சமுதாயத்தில் வாய்ப்புகள் இருந்தன. அரசவையிலும் உயர் குடிப்பிறந்தோரின் வீடுகளிலும் செல்வந்தர்களின் மாளிகைகளிலும் அவர்களின் இசைக்கும் பாடல்களுக்கும் பெரிய வரவேற்பு இருந்தது.

மேலும், இஸ்லாமிய, அரபு மக்களின் சமூக வாழ்வோடு தொடர்புடைய சிறப்பு விழாக்களிலும் நிகழ்வுகளிலும் இசைக் கலைஞர்கள் தமது கலைத் திறமைகளை வெளிப்படுத்தி வந்தனர். இந்த வளர்ச்சியின் உச்சகட்டமாக இசைப் பயிற்சி அரங்குகளும் உருவாகின. இங்கு தேவையான இசைப் பயிற்சிகளும் வழங்கப்பட்டன. குறிப்பாகப் 'பாடும் பெண்கள்' இந்தப் பயிற்சிக்காகத் தேர்ந்தெடுக்கப்பட்டனர். பாடகிகள் இல்லாத வீடுகளே அக்காலத்தில் இல்லை என்று கூறும் அளவு பாடகிகளுக்கு வரவேற்பு இருந்தது. *(பார்க்க: மேலதி)*

கஸலின் பண்புகள்

இப்போது நாம் கூறிய உமையாக்கள் காலக் கவிதை, இசை நடவடிக்கைகள் அப்பாஸியர்களின் தொடக்க காலம் வரை நீடித்தன. உமையாக்கள் காலத்தில் கஸல் கவிதைப் பிரிவுக்கு ஒரு முக்கிய இடம் உருவானது. இக்காலத்தில் கஸல் காதல் உணர்வைக் கூறுவதாக அமைந்திருந்த போதும் கஸீதாவிலிருந்து பெறப்பட்ட கவிதைக்கான அடிப்படைக்

கட்டமைப்புகளில் பெரிய மாற்றங்கள் ஏற்படவில்லை. மரபுரீதியான கவிதைக் கட்டமைப்பும் காதல் உணர்வின் வெளிப்பாடும் இணையும் களமாகக் கஸல் காணப்பட்டது. காதல் உணர்வு அல்லது காதல் அவா கஸல் பாடல்களில் ஒரு முதன்மையான அல்லது உயிர்த்துடிப்பான அம்சமாகத் தொடர்ந்து இருந்து வந்துள்ளது.

வெவ்வேறு மொழிகளிலும் வேறுபட்ட காலப் பிரிவுகளிலும் பல்வேறு கவிஞர்கள் பல புதுமைகளையும் மாற்றங்களையும் கஸல் பாடல்களில் நிகழ்த்தி வந்துள்ளனர். எனினும் கஸலுக்கான சில பண்புகளும் அதன் மென் உணர்வுகளும் எந்த மாற்றத்திற்கும் உள்ளாக வில்லை. காதல் அவா, விரக உணர்வு, மறைஞான உணர்வு, பக்தி உணர்வு ஆகியன எப்போதும் கஸலின் அடிப்படைப் பண்புகளாக இருந்து வந்துள்ளன.

கஸல் உமையாக்கள் காலத்தின் மிகவும் புகழ்பெற்ற இசையாக வளர்ச்சியடைந்தது. அத்தோடு பல நூற்றாண்டுகளுக்கு கஸலின் வளர்ச்சி நீடிப்பதற்கான வாய்ப்புகளையும் அக்காலச் சூழல் கஸலுக்கு வழங்கியது. மத்திய தர, உயர் தர, உயர் செல்வந்த வகுப்பினர்கள் தமக்கான பொழுதுபோக்குகள் தேவை என விரும்பினர். அக்காலத்தில் அவர்கள் பெரிதும் விரும்பிய பொழுதுபோக்கு இசையும் பாடலு மாகும். புதிய நாடுகள் கைப்பற்றப்பட்டமையும் போரில் கிடைத்த வெற்றிகளும் செல்வச் செழிப்பைக் கொண்டு வந்தன. இந்தப் பின்னணியிலேயே பொழுதுபோக்கிலும் அதற்கான இசை, கவிதை, கலைத்துறை முயற்சிகளிலும் ஆட்சியாளர்களும் மக்களும் பேரார்வத் துடன் ஈடுபட்டனர்.

மத்திய காலத்தின் தொடக்கத்தில் பாரசீகக் கவிதை வளர்ச்சியில் கஸீதா முக்கியமான இடத்தைப் பெற்றிருந்தது. இது அரபுக் கஸீதா விலிருந்து பெற்றுக்கொள்ளப்பட்ட பாரசீகக் கஸீதா மரபாகக் கூறப்படுகின்றது. அரபுக் கஸீதாவைப் போல் இதுவும் நீண்ட செய்யுள் வடிவத்தைப் பெற்றிருந்தது. ஏறத்தாழ 10ஆம் நூற்றாண்டில் கஸலின் செல்வாக்கு பாரசீகத்தில் (ஈரானில்) தொடங்கியது எனலாம். ஈரானி லும் கஸீதாவிலிருந்துதான் கஸல் தொடங்கியுள்ளது.

சுல்தான்களின் அரசவையைவிட சூஃபிகளின் தியான நிலையங்கள் ஊடாகவே இங்கு கஸலின் வளர்ச்சி நிகழ்ந்துள்ளது. ஜலாலுத்தீன் ரூமியின் சூஃபி கஸல்கள் இந்த வகையில் குறிப்பிடத்தக்கவையாகும். அதைத் தொடர்ந்து அரசவைக் கவிஞர்கள் மனித மிகை உணர்வுக் கவிதைகளை தெய்வீக மறைஞானப் பாணியில் உருவாக்கினர். 12ஆம் நூற்றாண்டளவில் கஸல் இந்தியாவுக்கு வருகின்றது.

இஸ்லாமிய ஆட்சியில் கஸல்

இந்திய இசையில் கஸல்

இந்திய இசைக்கு இஸ்லாத்தின் பங்களிப்புப் பற்றிய ஆய்வு இன்னும் நிறைவு பெறவில்லை. ஆனால், ஐயத்திற்கிடமின்றி ஓர் உண்மை மட்டும் தெளிவானதாகும். முஸ்லிம்களின் இசைச் செல்வாக்கானது இன்று இந்திய இசையில் இருவிதமான இசை மரபுகள் உள்ளன என்பதைத் திட்டவட்டமாக உறுதிப்படுத்தியுள்ளது. அவை ஹிந்துஸ் தானி இசையும் கர்நாடாக இசையும் ஆகும். *(பார்க்க: அலெக் ராபர்ட்சன், 1960)*

முகலாயர் காலம் கட்டிடக் கலை, ஓவியம், கவிதை, இலக்கியம் போன்ற பல்வேறு கலைகளிலும் இசைக் கலையிலும் புகழ்பெற்றிருந்தது. புகழ்பெற்ற பல பாரசீகக் கவிஞர்கள் இந்தியாவிற்கு வருகை தந்ததன் மூலம் பாரசீகக் கவிதை மரபும் கஸலும் வளர்வதற்கான வாய்ப்புகள் அதிகரித்தன. இக்காலத்தில் முகலாய யுக இலக்கியம் பாரசீக இலக்கியத்தைவிட உயர்ந்த தரத்தைப் பெற்றிருந்ததாக இலக்கிய ஆய்வாளர்கள் குறிப்பிடுகின்றனர். கஸலின் வளர்ச்சிக்கும் அதேபோல் பொதுவான இசை வளர்ச்சிக்கும் முகலாய மன்னர்கள் ஆதரவளித்தனர். கஸல் இந்தியாவை அடைந்தபோது 'இந்திய ராக' அமைப்புகளையும் உடன் இணைத்தவாறு முகலாயர் காலத்தில் கஸல் வளர்ச்சி பெற்றது. தென் ஆசியாவில் பாரசீகச் செல்வாக்கு மறைவதோடு பாரசீகக் கஸல் பாணியும் வீழ்ச்சியடைந்தது. அதிலிருந்து உருது கஸலின் வளர்ச்சியை அவதானிக்க முடிகின்றது.

செந்நெறி ராக இசையொழுங்கு முழு இந்தியாவிற்கும் உரியதாகும். ஆனால், வரலாறு முழுக்க உள்நாட்டிலும் பிரதேச ரீதியிலும் வேறுபாடுகள் காணப்பட்டுள்ளன. குறிப்பாக, தொடக்க காலத்திலிருந்தே வடக்கிற்கும் தெற்கிற்கும் வேறுபாடுகள் இருந்துள்ளன. இதற்கு அந்தந்தப் பகுதிக்குரிய இனமரபியலும் பண்பாட்டு வேறுபாடுகளின் செல்வாக்கும் காரணங்களாகும். *(பார்க்க: மேலது)*

இவை தவிர மற்றொரு முக்கியமான வேறுபாட்டையும் இங்கு சுட்டிக் காட்டலாம். வரலாற்றில் இந்தியா பாரசீகப் பேரரசோடு பெற்றிருந்த தொடர்புகளாலும் இந்தியப் பகுதிகளில் நடைபெற்ற அரேபியரின் வருகை மூலமும் இந்த வேறுபாடுகள் அவற்றுக்குரிய தனித்துவமான பண்புகளைப் பெற்றுக்கொண்டன எனலாம்.

முகலாயர் காலத்தில் இந்திய இசைச் செல்நெறி இரு பிரிவுகளாக இடம்பெறுகின்றது:

1. ஹிந்துஸ்தானி இசை. இது இஸ்லாமிய ஆட்சியாளர்களின் செல்வாக்கைப் பெற்ற இசை மரபு

2. தென்னாட்டுக்குரிய கர்நாடக இசை மரபு

இந்திய இசை மரபுகளுடன் பாரசீக, அரபு, முகலாயச் செல்வாக்கும் இணைந்து கியால், கவ்வாலி, கஸல் போன்ற முஸ்லிம் இசை மரபு தொடங்குகின்றது. பாரசீக இனிய ராகங்களுடன் இந்திய இசை மரபு களும் இணைக்கப்பட்ட இசைக் கலவையிலிருந்து இந்த வடிவங்கள் பிறந்தன. கஸல் வட நாட்டில் அறிமுகமாகியிருந்தாலும் அது தென் இந்தியாவில் தக்காணத்தில் வளர்ச்சி பெறுகின்றது. வட இந்திய, தென் இந்திய கஸல் என்று இரு வகை கஸல்கள் உருவாகின. டெல்லியும் லக்னோவும் கஸலின் முதன்மையான மையங்களாய்த் தோற்றம் பெற்றன.

காதலன் ஒருவன் உணர்ச்சிபூர்வமான தனது காதலை காதலிக்குத் தெரிவிப்பதாகக் கஸல் கவிதை அமைந்திருந்த போதும் மறைஞான அல்லது சூஃபிக் கவிஞர்கள் இறைக் காதலை வெளியிடும் பாணியில் தமது கஸல்களைப் பாடினர். இதில் வரவேற்கத்தக்க அம்சம் என்ன வெனில் படிப்படியாகக் கஸல் மக்கள் மன்றத்திற்கு வந்து சேர்ந்த தாகும். இதைச் சரியாகக் கூறுவதானால், ‘முகலாய அரசவைப் பண்பாடு இக்கலைகளுக்கு மிக அதிகமான மதச்சார்பற்ற சூழலை உருவாக்கியது’. *(பார்க்க: மேலது)*

ஆன்மிக உணர்வு

தொன்மை அரபுப் பண்பாட்டிலும் தொடக்க கால இஸ்லாமிய ஆட்சியிலும் இசைக்கும் இசைக் கலைஞர்களுக்கும் இருந்த முக்கியத் துவம் கிரேக்க ரோம நாகரிகங்களில் இசைக்குத் தரப்பட்டதை விட அதிகமானது (பார்க்க: எம்.எம். ஷரீஃப், **1983**). ‘சிலருக்கு இசை உணவைப் போன்றது. இன்னொரு சாராருக்கு அது மருந்தைப் போன்றது. மற்றும் சிலருக்கு அது ஒரு வேடிக்கையைப் போன்றது’ என்று *ஆயிரத்து ஓர் இரவுக்* கதைகளில் *(அல்ஃப் லைலா வலைலா)* வரும் ஒரு வாக்கியம் கூறுகின்றது.

இஸ்லாமிய ஆட்சியில் கல்வி அறிவில் உயர்ந்த நகரமாக விளங்கிய கூஃபாவில் பொஆ **10**ஆம் நூற்றாண்டில் வாழ்ந்த இஹ்வான் அல்பா இசை, உடலையும் ஆன்மாவையும் இணைக்கும் கலை என்று கூறி யுள்ளார். அதே நூற்றாண்டில் வாழ்ந்த பாரசீக சூஃபிச் சிந்தனை யாளரான அல்ஹுஜ்வீரி இசை ரசிகர்களை இரு பிரிவுகளாக வகுக்கின்றார். ஒரு பகுதியினர் இசையின் வெறும் சட ஓசையை மட்டும் கேட்பவர்கள்; மற்றொரு பகுதியினர் இசையின் ஆன்மிகப் பொருளைப் பார்ப்பவர்கள்.

இவ்வாறு இஸ்லாத்தில் இசை பற்றிய கோட்பாட்டுரீதியான விவரிப்புகளும் ஆன்மிக நிலையில் இசையின் உன்னதம் பற்றிய கருத்து விளக்கங்களும் இஸ்லாமியப் பண்பாட்டு வரலாறு முழுக்கக் காண முடியும். ஆரம்ப இஸ்லாமிய ஆட்சிக் காலங்களிலேயே மனித ஆன்மிக மேம்பாட்டுக்கான இசையைப் பற்றிய கருத்துகள் படிப் படியாகச் செல்வாக்கு பெறத் தொடங்கிவிட்டன. அது மனித உணர்வோடு இசைக்குள்ள நெருங்கிய தொடர்பைப் பேசுவதாகவும் அமைந்திருந்தது.

உணர்ச்சி ரசம்

இஸ்லாமிய இசைக் கோட்பாட்டு நூலான *கிதாபுஸ் ஸமாஉ*வில் இமாம் கஸ்ஸாலி உணர்ச்சியின் (ரசம்) வகிபங்கு பற்றி விவரித் துள்ளார். பாடலும் இன்னிசைக் கீதமும் மனிதரின் மனத்தை எவ்வாறு நெகிழ வைக்கின்றன என்றும் மனித உள்ளத்தில் அடைபட்டுக் கிடக்கும் பல்வேறு உணர்ச்சிகளை இசை எவ்வாறு தட்டி எழுப்பி விடுகின்றது என்றும் இமாம் கஸ்ஸாலி இசையில் உணர்ச்சி பற்றிய தமது ஆய்வில் கூறுகின்றார்.

இசையில் உணர்ச்சியின் பங்கு, அது மனிதனிடம் உருவாக்கும் உணர்வுகள், பாவங்கள் என்பவற்றின் இயல்புகளையும் *கிதாபுஸ் ஸமாஉ* விரிவாக் கூறுகின்றது. ஓரிடத்தில் இமாம் இவ்வாறு குறிப்பிடுகின்றார்:

காற்றினிலே மிதந்து வரும் இனிய கீதங்களில் சில நம்மைக் குதூகலப் படுத்துகின்றன. சில துக்கத்தில் ஆழ்த்தி விடுகின்றன. சில நம்மைத் தூங்க வைத்து விடுகின்றன. சிலவற்றைக் கேட்டவுடன் நாம் ஆத்திரம் அடைகின்றோம். இசையின் ஏற்றத்திற்கும் இறக்கத்திற்கும் நிறுத்தத் திற்கும் ஏற்றபடி நம் கை தாளம் போடுகின்றது; தலை அசைகின்றது; அங்கங்கள் அசைகின்றன. இனிய நாதத்தைக் கேட்பதனால் இந்த நிலை மனிதனுக்கு உருவாகின்றது'. (இமாம் கஸ்ஸாலி (ரஹ்), 1990)

அமீர் குஸ்ரூ

இந்தியாவில் கஸலை அறிமுகப்படுத்தியவர்களில் அமீர் குஸ்ரூ திஹ்லாவியின் பெயர் முதன்மை இடத்தில் உள்ளது. அவரது முழுப் பெயர் அபுல் ஹஸன் யாமின் அல்தீன் குஸ்ரூ (பொஆ 1253-1325). அவர் பாரசீக மொழியிலும் ஹிந்துஸ்தானி மொழியிலும் கவிதைகளை இயற்றினார். அரபு, சம்ஸ்கிருத மொழிகளில் பேசக்கூடிய ஆற்றல் அவருக்கு இருந்தது. கஸல், மஸ்னவி, காட்டா, ருபாய் போன்ற கவிதை வகைகளைப் பாடுவதில் அவர் தேர்ச்சி பெற்றிருந்தார். பாகிஸ்தானிலும்

நுஸ்ரத் ஃபத்தேஹ் அலிகான்

இந்தியாவிலுமுள்ள சூஃபி வழிபாட்டிடங்களில் இன்றும் அவரின் பாடல்கள் பாடப்பட்டு வருகின்றன.

அமீர் குஸ்ரூ கவ்வாலி இசையின் தந்தை என்றும் போற்றப் படுகிறார். பாரசீக, அரபு, மத்திய ஆசிய இசைக் கூறுகளை அறிமுகம் செய்து இந்திய இசையை அமீர் குஸ்ரூ வளப்படுத்தினார்.

உருது மொழி கஸல்களுக்குத் தென் இந்தியாவில் ஹைதராபாத்திற்கு அருகில் இருக்கும் தக்காணப் பகுதி முக்கிய இடமாகத் திகழ்ந்தது. 17ஆம் நூற்றாண்டளவில் முஹம்மத் குலி குத்தாப் ஷாஹ், வலி தெக்காணி போன்றவர்கள் முதன்மையான கஸல் கவிஞர்களாகத் திகழ்ந்தனர். கோல்கொண்டா, பீஜப்பூர் தர்பார்களில் முஸ்லிம் மன்னர்கள் கஸல் இசைப் பயிற்சிக்கான வசதிகளை வழங்கிக் கஸல் இசையை வளப்படுத் தினர். கஸல் பொதுவாக மனித அனுபவங்களையே கவிதையின் உள்ளடக்கமாகக் கொண்டிருந்த போதும் அதன் மூல எண்ணம் காதலாகும். கஸல் இசை மனிதக் காதலை மென்மையான உணர்வு களோடு மக்கள் மனங்களில் ஊடுருவச் செய்தது. இறைக் காதல் உணர்வை வெளிப்படுத்தினாலும் மக்கள் கஸல் இசைக்கு அடிபணிந்தனர்.

கஸல் பாரசீக சூஃபி ஞானக் கருத்துகளுக்கான வாகனமாகவும் திகழ்ந்தது. மிகை உணர்வையும் காதல் அவாக்களையும் வெளியிட்ட

கஸலை ஆன்மிக உணர்வுகளை வெளிப்படுத்தவும் சூஃபிக் கவிஞர்கள் பயன்படுத்தினர். ஆன்மிகக் கவிதை மரபில் கவ்வாலி முக்கியமான மற்றொரு இசைப் பாணியாகும். அமீர் குஸ்ரூ கவ்வாலி இசையை இந்தியாவில் அறிமுகப்படுத்தினார். கவ்வாலி இசையின் ஊற்று 8ஆம் நூற்றாண்டில் பாரசீகத்தில் இருந்து தொடங்குகிறது. பாரசீகத்திலிருந்து புலம்பெயர்ந்த மக்களின் காரணமாக இந்த இசை ஆசியாவை நோக்கிப் பரவியுள்ளது. துருக்கிக்கும் பின்னர் உஸ்பெகிஸ்தானுக்கும் இந்த இசை பரவியது.

கவ்வாலியின் தற்போதைய சீர்திருத்தப்பட்ட வடிவம் அமீர் குஸ்ரூவின் இசை முயற்சிகளுக்கு சொந்தமானதாகும். அமீர் குஸ்ரூ 13ஆம் நூற்றாண்டில் டில்லி சுல்தான் அலாவுத்தீன் கில்ஜி காலத்தில் வாழ்ந்தவர். கவ்வாலி இசை சிஷ்தி சூஃபிப் பிரிவைச் சேர்ந்த கலையாக வளர்ந்தது. அமீர் குஸ்ரூ பாரசீக, மத்திய ஆசிய இசை மரபுகளை இணைத்துக் கவ்வாலி இசை மரபைத் தோற்றுவித்தார். துருக்கியிலும் மத்திய ஆசியாவிலும் இருந்த 'ஸமா' கவ்வாலியின் மூல இசையாகக் கருதப்படுகின்றது. இந்தியாவிலும் பாகிஸ்தானிலும் கவ்வாலி கச்சேரிகள் இன்றும் 'மெஹ்ஃபிலே ஸமா' என்றே அழைக்கப்படுகின்றன. (பார்க்க: எம்.எஸ்.எம். அனஸ், 2009)

ஸமா இசை மரபு

ஸமா என்ற சொல் பாரசீக மொழியிலும் அரபு மொழியிலும் ஸமா என்றும் துருக்கி மொழியில் ஸெமா என்றும் கூறப்படுகின்றது. ஸமா என்பதன் பொருள் 'கேட்டல்' ஆகும். 13ஆம் நூற்றாண்டைச் சேர்ந்த இஸ்லாமியச் சிந்தனையாளரும் கவிஞருமான ஜலாலுத்தீன் ரூமி (1207-1273) மவ்லானா அல்லது 'மெவ்லெவி மரபு' ஸமா இசை நெறியை உருவாக்கினார். மௌலானா ரூமியின் மரணத்திற்குப் பின்னர் மெவ்லெவி சூஃபிப் பள்ளி தொடங்கியது. மெவ்லெவி சூஃபிப் பள்ளியினர் அல்லது தர்வேஷ்கள் 'வேகச் சுழல்' ஸமா தியான இசை நெறியை வளர்த்தனர்.

ஜலாலுத்தீன் ரூமி கவிஞர் மட்டுமல்ல; அவர் ஓர் இசைக் கலைஞரு மாவார். 'ரோபாப்' கருவியை இசைப்பதிலும் 'நேய்' என்ற புல்லாங்குழல் வாத்தியத்தை இசைப்பதிலும் அவர் வல்லுநராக விளங்கினார். உஸ்மானியப் பேரரசின் காலத்தில் மெவ்லெவி ஸமா தியான நெறி நன்கு வேரூன்றியிருந்தது. மெவ்லெவி பள்ளியைச் சேர்ந்த பல உறுப்பினர்கள் உஸ்மானியக் கிலாஃபத் ஆட்சியில் முதன்மையான அரச பதவிகளை அலங்கரித்தனர். ஷெய்க் காலிப், இஸ்மாயில் அங்காராவி போன்ற புகழ்பெற்ற பல கவிஞர்களையும்

பாடகர்களையும் இம்மரபு உருவாக்கியது. படிப்படியாக உலகம் இந்தக் கலையின் தனித்துவத்தை விளங்கிக் கொண்டதிலிருந்து இதைப் பாதுகாக்கும் முயற்சிகளும் தொடங்கப்பட்டன. 'மெவ்லெவி ஸமா தியானநெறி பாதுகாக்கப்பட வேண்டிய மனிதப் பண்பாட்டின் உன்னதப் படைப்பு' என்று 2005இல் யுனெஸ்கோ பிரகடனப் படுத்தியுள்ளது.

அமீர் குஸ்ரூ இந்திய ராகங்களையும் தொன்மைக் கவ்வாலி இசை யையும் இணைத்துக் கவ்வாலி இசை மரபிற்கு மெருகூட்டினார். இந்தியாவிலும் பாகிஸ்தானிலும் இன்று புகழ்பெற்று விளங்கும் கவ்வாலி இசைக்குச் சமமான இசை இன்றும் *ஸமா* என்ற பெயரில் துருக்கியிலும் மத்திய ஆசியாவிலும் புகழ்பெற்றுள்ளதைக் காணலாம்.

அமீர் குஸ்ரூவுக்குப் பின்னர் மௌலானா ஜலாலுத்தீன் ரூமியும் அவரது சூஃபிப் பிரிவு மாணவர்களும் மத்திய ஆசியாவில் *ஸமா* இசையின் செல்வாக்கிற்குக் காரணமாக இருந்தனர். மத்திய கால இஸ்லாமிய மெய்யியல் அறிஞரான இமாம் அல்கஸ்ஸாலி (1085-1111) ஸமா இசையின் முக்கியத்துவத்தையும் இசையின் சிறப்பான பண்பு களையும் அவருடைய *இஹ்யா உலுமுத்தீன்* நூலில் விரிவாக விளக்கி யுள்ளார். மக்கள் குடிப்பெயர்வு காரணமாக இந்தியாவில் 10ஆம் நூற்றாண்டிலேயே *ஸமா* அல்லது *கவ்வாலி* இசை தொடங்கி விட்ட தாகக் கூறப்படுகின்றது. மேலும், *ஸமா* இசை மரபு இந்தியாவிற்கு வருவதற்கு சூஃபிகளின் செல்வாக்கும் காரணமாக இருந்துள்ளது.

அரபு பாரசீக இசையுடன் இந்திய இசையையும் ஒன்று கலந்து கவ்வாலி என்ற புதிய வடிவிலான இசை அறிமுகமாகியது. உள்ளூர் இசையுடன் அறிமுகமான இந்தப் புதிய மரபை பொதுமக்களும் விரும்பினர். விரைவில் கஸலைப் போல் கவ்வாலியும் முஸ்லிம்களின் தனித்துவ இசையாக வளர்ந்தது. கவ்வாலியின் முதன்மையான விடயப் பொருள் சூஃபித்துவ, ஆன்மிக இலட்சியங்களாகும். மனித ஒழுக்கத் தையும், மனித இருப்பின் நோக்கங்களையும் கவ்வாலிப் பாடல்கள் வெளிப்படுத்தின. இறைவனையும் இறைநேசர்களையும் புகழ்ந்து பாடுவது இதன் முதன்மைப் பாடல் பொருள்களாகும். பாகிஸ்தான் ஸப்ரி சகோதரர்களின் கவ்வாலிக் குழுவும், நுஸ்ரத் ஃபத்தேஹ் அலிகானும், ரஹத் ஃபத்தேஹ் அலிகானும் இன்று ஐரோப்பாவிற்கும் உலகிற்கும் இந்த இசையைக் கொண்டு சென்றுள்ளதை இசை உலகம் நன்கறியும். (பார்க்க: மேலது)

16ஆம் நூற்றாண்டின் வலி தெக்காணி என்ற புகழ்பெற்ற கவிஞரின் கஸல் பின்வருமாறு அமைந்துள்ளது:

இரும்பைப் போல் இருந்த என் இதயம்
நீராய்க் கரைந்தது மெல்ல மெல்ல
ரோஜாவின் மொட்டினை
சூரியன் தொட்டதும்
ரோஜா மலர்கிறது மெல்ல மெல்ல
உனது பார்வையினால் எனது மனம்
முற்றாகவே போதையில்
மயங்கியுள்ளது மெல்ல மெல்ல
திராட்சை ரசம் அதைப் பருகுபவனை
மெல்ல மெல்ல மயங்க வைப்பதைப் போல்

19ஆம் நூற்றாண்டு கஸல் இசையின் முக்கியமான காலப்பகுதியாக வர்ணிக்கப்படுகின்றது. கவிதை வடிவத்தில் அறிமுகமான கஸல், இசை வடிவ கஸலாக மாறியது. 18, 19ஆம் நூற்றண்டுகளில் 'கஸல்' அரசவையில் முக்கிய இசை நிகழ்வாக இடம் பிடித்தது. தவஈஃப் என்று அழைக்கப்பட்ட அரசவைப் பண்பாட்டுக் கலைநிகழ்வுகளில் அக் காலத்தில் ஓவியம், இலக்கியம், நடனம் என்பவற்றோடு கஸலும் ஒரு முக்கியக் கூறாக அங்கீகரிக்கப்பட்டது. 19ஆம் நூற்றண்டிலும் 20ஆம் நூற்றாண்டின் முற்பகுதியிலும் நிகழ்ந்த நிலமானிய வகுப்பினரின் வீழ்ச்சியுடன் தவஈஃப் பண்பாட்டுக் கலைநிகழ்வுகளும் வீழ்ச்சி அடைந்தன; பண்பாட்டு மாற்றங்களும் நிகழ்ந்தன. இது கஸலையும் பாதித்தது. பின்னர் பொதுமக்கள் இசை அரங்குகளில் கஸல் மீண்டும் செல்வாக்குப் பெறத் தொடங்கியது.

ஈரானில் கஸல் தரச் சிறப்பு மிக்க இசை வடிவமாகத் திகழ்கின்றது. துருக்கியில் இது முதன்மையான பக்திப் பாடல் வகையாகப் போற்றப் படுகின்றது. வட இந்தியாவில் கஸல் அரை சாஸ்திரிய இசையாக அங்கீகரிக்கப்பட்டுள்ளது. ஆயினும், தற்கால இசை உலக வெகுமக்கள் ஆதரவில் கஸல் இசையின் தாக்கமும் ஆதிக்கமும் மிக அதிகமான தென்றே கூற வேண்டும்.

கவிதையும் ராகங்களும்

கஸலின் ஒவ்வொரு ஈரடிச் செய்யுளும் முழுமையான எண்ணத்தின் அங்கமாகும் என்று கூறப்படுகின்றது. தொடர்ச்சியாக இயங்கும் அதன் ஈரடிச் செய்யுள் தன்னிறைவான அமைப்பை உடையது. அதாவது முழுமையான கருத்தை அது பிரதிபலிக்கிறது. இவ்வகையான முழுமை பெற்ற எண்ண வடிவங்களின் ஈரடிச் செய்யுள்கள் தொடர்ச்சியாக கஸல்களில் இயங்குகின்றன. எதுகை மோனையுடன் ஒவ்வொரு ஈரடிச்

மெஹ்தி ஹஸன்கான்

செய்யுளும் கஸலை அழகுபடுத்துகின்றது. அல்லாமா இக்பாலின் பெரும்பாலான கஸல் பாடல்கள் இந்த அழகை நமக்கு எளிதாக உணர்த்தக் கூடியவை. கஸலின் ஒருமைப்பாடு பொருள் அல்ல; அதன் வடிவமே என்று கூறுவோரும் உள்ளனர்.

இன்று கஸல் இசை இந்திய, பாகிஸ்தான் மக்களின் மிக நெருக்கமான வெகுமக்கள் இசையாகப் புகழ் அடைந்துள்ளது. உருது பாடல்களாகத் தொடங்கியுள்ள கஸல்களுக்கு இன்றும் 'அதன் வரிகள்' முக்கியத்துவம் பெற்றவையாக விளங்கி வருகின்றன. வட இந்தியாவில் கஸல் ஒரு கவிதை வடிவமாகத் தொடங்கிப் பின்னர் கஸல் இசையாக வளர்ச்சி பெற்றது. கவிதையுடன் இசை இணையும் கலை கஸலாகும். கஸல் கவிதை வரிகள் பாடகரின் இசை ஊடாக மக்களின் உள்ளங்களுக்கு உணர்வூட்டுகின்றன. தனித்துவமான குரல் பாணியுடன் பல்வேறு உடல், மொழி மெய்ப்பாடுகள் கலந்ததாக பாடகர் கஸலை சபையோருக்கு வழங்கும் போது மக்கள் மெய்மறந்து கஸல் இசையை ரசிக்கின்றனர். 20ஆம் நூற்றாண்டுக் கஸல் இசையை வளப்படுத்தியவர்களில் மெஹ்தி ஹஸன், குலாம் அலி, ஜெக்ஜித் சிங் போன்றவர்களின் பெயர்கள் முதலிடத்தில் உள்ளன.

மெஹ்தி ஹஸன் கான்

'கஸல் மன்னர்' என்று வர்ணிக்கப்படும் மெஹ்தி ஹஸன் கான் (1927-2012) பாகிஸ்தானின் மிகச் சிறந்த கஸல் பாடகர். இந்தியாவில் ராஜஸ்தானின் பாரம்பரிய இசைக் குடும்பத்தில் மெஹ்தி ஹஸன் பிறந்தார். குடும்ப வரலாற்றின்படி அவர் 16வது இசைத் தலைமுறை யைச் சேர்ந்தவர். பாரம்பரியத் 'துருபத்' பாடகர்களான தந்தை உஸ்தாத் அஸீம் கானிடமும் தந்தையின் சகோதரர் உஸ்தாத் இஸ்மாயில் கானிடமும் செந்நெறி இசைப் பயிற்சியை இளமைக் காலத்திலிருந்தே பெற்றிருந்தார்.

இந்தியப் பிரிவினையின் போது தமது 20வது வயதில் மெஹ்தி ஹஸன் பாகிஸ்தானுக்குக் குடிபெயர்ந்தார். பாகிஸ்தான் வானொலி யில் கிடைத்த வாய்ப்பின் மூலம் மெஹ்தி ஹஸன் 1951இல் இசை உலகில் பிரகாசிக்கத் தொடங்கினார். பாரம்பரிய துமூரிப் பாடகராக அவர் அறிமுகமான போதும் இடையிடையே தமக்கு விருப்பமான கஸல்களையும் பாடத் தொடங்கினார். கஸல் பாடலில் அவர் காட்டிய ஆர்வமும் அவரது இனிய குரலும் உருது மொழி உச்சரிப்பும் சாதாரண மக்கள் வரை அவரது பாடல்களை எடுத்துச் சென்றன.

இந்தியா, பாகிஸ்தான், ஆப்கானிஸ்தான், வங்கதேசம் போன்ற நாடுகள் சிறந்த கஸல் பாடகர்கள் பலரைத் தோற்றுவித்துள்ளன. ஆயினும் மெஹ்தி ஹஸனின் பாடல் திறன் எல்லா கஸல் பாடகர் களையும் மிகைத்தது என்பது இன்று ஒரு பொதுக் கருத்தாகும். கஸல் இசை அவரைப் புகழின் உச்சத்திற்குக் கொண்டு சென்றது. 'கஸல் மன்னர்' என்று அவருக்கு வழங்கப்பட்ட பட்டம் வெறும் அலங்கார மன்று; உண்மையில் மெஹ்தி ஹஸன் கஸல் இசையின் மாமன்ன ராகவே பவனிவந்தார்.

செந்நெறி சாஸ்திரிய இசையுடன் கலந்திருந்த கஸல் இசையை ரசிப்பதற்கு ஓர் உயர் ரசனை தேவையாக இருந்தது. ஆனால், மெஹ்தி செந்நெறி மரபிலும் கஸல் மரபிலும் தமக்கிருந்த அனுபவத்தினாலும் கற்பனைக்கெட்டாத தமது இனிய குரலாலும் தமது பாடும் முறை யாலும் மெருகூட்டப்பட்ட எளிய சங்கதிகளாலும் சாதாரண மக் களின் இசை ரசனைக்கும் கஸலைக் கொண்டு சென்றார். ஹஸனின் கஸலை ரசிப்பதற்கென்றே இசை ரசிகர்கள் பாகிஸ்தானிலும் இந்தியா விலும் ஆப்கானிஸ்தானிலும் மட்டுமன்றி உலகம் முழுக்கப் பரவி யிருந்தனர். தமது வாழ்க்கை வரலாற்றைக் கூறும் போது மெஹ்தி ஹஸன் இவ்வாறு எழுதியுள்ளார்: 'எனது பயிற்சி முற்றிலும் செந்நெறி பாடல் மரபைச் சார்ந்திருந்த போதும் துமூரி, தாத்ரா, கீத், திரையிசை

போன்ற மென் சாஸ்திரிய இசையைப் பாடுவதற்கென்றே எனது குரல் பொருத்தமானது என நான் கருதினேன்.'

செந்நெறி ஹிந்துஸ்தானி ராகங்களில் கஸல்கள் இயற்றப்பட்டாலும் பெரும்பாலும் கஸல்கள் குறிப்பிட்ட இசை உருப்படிகள் எதையும் முன்வைத்து எழுதப்பட்டவை அல்ல. ஹார்மோனியமும் தபேலாவும் கஸல் இசைக்கான முதன்மையான இசைக் கருவிகளாகும். கஸல் பாடகர் ஹார்மோனியத்தை இயக்கிய வண்ணம் அழுத்தமாகவும், மென்மையாகவும், இதமாகவும், உரையாடுவது போலவும், உணர்வை வெளியிடுவது போலவும் தமது கவிதை இசையைக் காவிய இசையாக்கு கின்றார். இது கஸல் இசையின் தனிச் சிறப்பாகும். உருதுக் கவிதை களும், ஹிந்துஸ்தானி அரை சாஸ்திரிய இசையும் ஒன்று கலந்த கஸல் இன்றுவரை மக்கள் ஆதரவைப் பெற்ற இசையாக மலர்ச்சி பெற்றுள்ளது.

உருது கஸல் பாடல்கள் இந்தியாவிலும் தென் ஆசியாவிலும் செல்வாக்குச் செலுத்தும் முக்கிய பாடல் வகையாகும். வட இந்தியா விலும், பாகிஸ்தானிலும் வணிகரீதியில் முதலிடம் பிடிக்கும் இசையாக கஸல் இன்று முன்னுரிமை பெறுகின்றது. இந்திய சினிமா இசை உலக அளவில் ஏற்படுத்தியுள்ள தாக்கத்தின் பின்னணியில் கஸலுக்கும் முக்கிய பங்குண்டு. ஏ.ஆர். ரஹ்மான் போன்ற இசையமைப்பாளர்களினால் தமிழ் சினிமாவிலும் இதன் தாக்கத்தை இன்று உணர முடிகின்றது. கஸல் பயிற்சியுள்ள பாடகர்கள் இந்திய சினிமா உலகையும் இசை உலகையும் ஆக்கிரமித்திருப்பதும் இங்கு நினைவுகூரத்தக்கது.

உசாத்துணை

அப்துர் ரஹ்மான், 2006, *முட்டை வாசிகள்*, நேஷனல் பப்ளிஷர்ஸ், சென்னை.

அப்துல் ஹமீது பாகவி ஆ. கா., 1982, ஹிஜ்ரி 1403, *தர்ஜுமதுல் குர்ஆன்*, குர்ஆனின் தமிழ் மொழிபெயர்ப்பு, சென்னை.

அனஸ், எம்.எஸ்.எம்., 2009, *இலங்கையில் முஸ்லிம் நுண்கலை: ஒரு விமர்சன ஆய்வு*, குமரன் புத்தக இல்லம், கொழும்பு.

அஹமது ஜுபைர் மு.அ., 2009, *நவீனகால அரபுக் கவிதைகள்*, சென்னை.

இமாம் அல்கஸ்ஸாலி, 1990, *இசை கேட்பதன் ஒழுங்குகள் (கிதாபுஸ் ஸமாஉ)*, மொ.பெ: முஹம்மது கவுஸ், அனஸ் புக் சென்டர், சென்னை.

கைலாசபதி, க. 2006, *தமிழ் வீர நிலைக் கவிதைகள்*, குமரன் புத்தக நிலையம், கொழும்பு.

தியாகு, 1993, *விவிலியக் களஞ்சியம்*, பாகம் 3, விவிலிய அறிமுகம், சென்னை.

நஜிமுதீன், ஏ. எம்., 2000, *கசாவத்தை ஆலிம் புலவர்*, கண்டி.

Adonis, 1990, *An Introduction To Arab Poetics*, Trans: Catherine Cobham, London.

Al-Maqqari, இட.பெற்., Henry George Farmer, *The Music of Islam, The New Oxford History of Music. I. Ancient and Oriental Music*, ed. by Egon Wellesz, PP. 42, 58-59

Arberry, A.J, 1957, *The Seven Odes*, Jorge Allen & Unwin Ltd, London, P: 24

Alec Robertson, Denis Stevens (ed), 1960, *The Pelican History of Music*, Penguin Books, North Hempton.

Early Arabic Poetry (Selected Poems, Ithaca Press, U K, 2011)

Farmer. Henry George, (1994), Reprinted, history *of Arabian music: to the xiii th century*, London luzac oriental, century, page 41 (first publish in 1929).

Fatima Rais, 1995, *Ghazal Under The Umayyads, Kithb Bavan*, New Delhi,

Imam Ghazzali, 1995, *Ihya Ulumid-Din*, India.

Sharif M.M, (ed), 1983, *A History of Muslim Philosophy*, Vol. II, Royal Book Company, Karachi.

The Holy Qur-an: meanings and Commentry, King Fahd Holy Quran Print Complex, Saudhi Arabia, 1411(H)

The Encyclopedia of Islam, Vol. II, 1927

www.ghazalpage.net, www.sacread-text.com, www.en.wikipedia.org